# ശവപ്പറമ്പായ വെളുത്തുള്ളി തോട്ടം അല്ല കാരണം!

അഭിനന്ദ് റ്റി

# ഉള്ളടക്കം

# ആമുഖം

"നടന്ന സംഭവം" എന്ന പേരിൽ 'എഫ്_മുത്തു' ഇട്ട ഒരു കത്ത്, ഇന്റെർനെറ്റിൽ പ്രേത കഥകൾ തിരഞ്ഞ് നടന്ന ഡാനി കാണുന്നു.

(റിച്ചാർഡ്, ഫിനഗൻ എന്ന രണ്ട് പുരുഷൻമാർ ഒരു വഴിയോര ബെഞ്ചിൽ വിശ്രമിച്ചിരിക്കുന്നു. ഉടനെ, റിച്ചാർഡിന്റെ ഫോണിൽ ഒരു വിളി വരുന്നു, ഭാര്യയാണ്, റിച്ചാർഡ് ഫോണിൽ ഭാര്യയോട് തന്നെവിട്ട് പോകല്ലേന്ന് അപേക്ഷിക്കുന്നു. കുറച്ചു നേരം കഴിഞ്ഞ് ഫോണിൽ മറ്റൊരു വിളി വരുന്നു, അത് തനിക്ക് കടം നൽകിയ ആരൊ വിളിച്ച് തെറി പറഞ്ഞതാണ്. റിച്ചാർഡ് ഫോൺ കട്ട് ചെയ്തു ഭയത്തോടെ ഇരുന്നു. ഫിനഗൻ ഇത് ശ്രദ്ധിച്ചു, കാര്യം തിരക്കി;

റിച്ചാർഡ്: 'എനിക്കെല്ലാം നഷ്ടപ്പെട്ടു! ആ നശിച്ച സന്ദേശം! ഞാൻ ഇപ്പോൾ വെറും ശൂന്യൻ'

ഫിനഗൻ: (ചിരിക്കുന്നു) 'സന്ദേശം പത്തുപേർക്ക് അയച്ചില്ലെ?'

റിച്ചാർഡ്: 'പോടൊ ചൊറിയാതെ!'

ഫിനഗൻ: 'ക്ഷമിക്കണം. എന്തായിരുന്നു ആ സന്ദേശം?'

റിച്ചാർഡ്: 'പ്രേതങ്ങളിൽ വിശ്വാസമുണ്ടൊ?'

ഫിനഗൻ: 'അയ്യേ! ഇയാളെന്തോന്ന്... എട്ടിലാണൊ? ചുമ്മാതല്ല വഴിയാധാരമായത്!' (ചിരിക്കുന്നു)

റിച്ചാർഡ്: 'ഇങ്ങനെ തന്നെയാ ഞാൻ അന്ന് ബെന്നിനോട് പറഞ്ഞത്. ഇയാൾക്ക് പങ്കെടുക്കാൻ താൽപര്യമുണ്ടൊ? ഒരു പ്രേത ചാലഞ്ച്'

ഫിനഗൻ: 'ഒന്ന് പോടാ കിഴങ്ങാ!'

റിച്ചാർഡ്: 'തക്കുടു പേടിച്ച് പോയൊ? ഞാൻ ആയിരം രൂപ തരാം. എന്തെ?'

ഫിനഗൻ: 'ശരി. ഞാൻ എന്താ ചെയ്യേണ്ടത്? കാട്ടിൽ പോണൊ? ശവപ്പറമ്പിൽ പോണൊ? പൂട്ടി കിടക്കുന്ന വീട്? അതൊ, വല്ല ജാംബവാന്റെ കാലത്തെ വസ്തുവിലും ചുബിക്കണൊ?'

റിച്ചാർഡ്: 'ഒന്നും വേണ്ട. ഞാൻ പറയാൻ പോകുന്ന മൂന്ന് വരികൾ മൂന്നു തവണ ഉച്ചത്തിൽ പറയുക'

(റിച്ചാർഡ് ഫോണെടുത്ത് അതിൽ എന്തോ തിരയുന്നു)

റിച്ചാർഡ്: 'നാം ഏവരും മരണത്തിനടിമ, ഉടനെ കണ്ട് മുട്ടും, ബ്രെറ്റാ വിനമോൽ'

(റിച്ചാർഡ് പറഞ്ഞ മൂന്നു വരികളും ഫിനഗൻ മൂന്ന് തവണ ഉച്ചത്തിൽ പറയുന്നു)

ഫിനഗൻ: 'ആയിരം ഇങ്ങെടുത്തെ'

(റിച്ചാർഡ് പൈസ കൊടുക്കുന്നു, ഒരു കള്ള ചിരി റിച്ചാർഡിന്റെ മുഖത്ത് വിരിഞ്ഞ് നിൽക്കുന്നു)

റിച്ചാർഡ്: 'പിറകിലേക്ക് ഒന്ന് നോക്കാമൊ?'

(ഫിനഗൻ തിരിഞ്ഞ് നോക്കി, റിച്ചാർഡിനോട് ഇത്തരം വ്യത്യസ്ത ചാലഞ്ചുകൾ ഇനിയുമുണ്ടൊ എന്ന് ചോദിക്കുന്നു. വീണ്ടും തിരിഞ്ഞുനോക്കി)

ഫിനഗൻ: 'ഇയാൾക്ക് വല്ല ഭ്രാന്താലയത്തിലും പൊയ്ക്കൂടെ, ഓരോരോ പൊട്ടൻമാരിറങ്ങിക്കോളും!'

റിച്ചാർഡ്: 'കണ്ടില്ലെ?'

ഫിനഗൻ: 'ആരെ?'

റിച്ചാർഡ്: 'ശ്ശെടാ! അതെന്താ അങ്ങനെ, ഞാൻ പറയുന്നത് ശ്രദ്ധിച്ചു കേൾക്കണം, ഒരു ദിവസം ഞാൻ വീട്ടിലിരുന്ന് ലാപ്ടോപ്പിൽ ജോലി ചെയ്യുബോൾ, ഇടയ്ക്കൽപ്പം ആശ്വാസം കിട്ടാൻ ഫോണിൽ തോണ്ടി നോക്കി, അപ്പം ദാ വന്നു ഒരു ചാലഞ്ച്; ആരാണ് ധൈര്യശാലി. നേരത്തെ ഞാൻ ചൊല്ലി തന്ന മൂന്ന് വരികളും മൂന്ന് തവണ ഉച്ചത്തിൽ വിളിച്ച് പറയാൻ പറഞ്ഞു. ഞാൻ പറഞ്ഞു...'

ഫിനഗൻ: 'ഇയാളെന്തിനാ ഇവിടിരുന്നു ഭയപ്പെടുന്നത്! മുഴുവൻ പറയടൊ'

റിച്ചാർഡ്: 'അല്പസമയം കഴിഞ്ഞ് കൈതട്ടി താഴെ വീണ പേന എടുക്കാൻ ഞാൻ കസേരയിൽ നിന്നും ചെറുതായി ഒന്ന് ചരിഞ്ഞ്, കൈ വച്ച് തോണ്ടി അതെടുത്തു, പെട്ടെന്ന് തന്നെ നേരെ ഇരുന്നു, ആ ചെറിയ നിമിഷത്തിൽ അപ്പോൾ എന്നെ വീക്ഷിച്ചുകൊണ്ടിരുന്ന ആ കണ്ണുകൾ ഞാൻ കണ്ടു! ഒരു ഇരുണ്ട രൂപം, മനുഷ്യ രൂപത്തിൽ ഇരുണ്ട തോരണം കൊണ്ടലങ്കരിച്ച പോലെ! ഞാൻ ഒന്നൂടെ പെട്ടെന്ന് തിരിഞ്ഞ് നോക്കി, അതിന്റെ കൂർത്ത പല്ലുകൾ, നീണ്ട നഖം, ഒരു അവിഞ്ഞ നൂലിൽ തൂങ്ങി കിടക്കുന്ന കണ്ണുകൾ. ആകെ മൊത്തം ഒരു പുകമയം. അത് പല്ല് മുറുകെ കടിക്കുന്ന ശബ്ദം എന്നെ വിയർപ്പിൽ മുക്കി! എനിക്ക് കയ്യും കാലും വിറയ്ക്കുന്നു'

ഫിനഗൻ: 'എടൊ മുതുക്കാ! നാണം ഉണ്ടോടൊ ഇങ്ങനെ ഓരോ പൊട്ടത്തരോം പറഞ്ഞു നടക്കാൻ. അതൊക്കെ പോട്ടെ, തനിക്ക് ഇപ്പോഴും തിരിഞ്ഞ് നോക്കാൻ പേടിയാണൊ?'

റിച്ചാർഡ്: 'ഇപ്പോൾ കുഴപ്പമില്ല. ഞാൻ മറ്റെ നശിച്ച ചാലഞ്ച് തപ്പിയെടുത്തു, അതിന്റെ ഉടമയോട് സഹായം ചോദിച്ചു. അയാൾക്ക് ഏഴര ലക്ഷം രൂപ കൊടുത്ത് ഞാൻ പ്രതിവിധി മന്ത്രം വാങ്ങി "ഞാൻ മണ്ടൻ, കട്ടിലേൽ മുള്ളും, എന്നെ ഉരുക്കരുതേ, ഗോളികൊ ഹോനിക്കാ" ഇത് മൂന്ന് തവണ ഉച്ചത്തിൽ പറഞ്ഞു, ഞാൻ സ്വതന്ത്രനായി'

ഫിനഗൻ: 'തനിക്കൊക്കെ ഏഴര ലക്ഷം രൂപ എവുടുന്ന് കിട്ടുന്നെടൊ! മരമണ്ടാ, അവതാരം തന്നെ'

(ഫിനഗൻ റിച്ചാർഡിനെ കളിയാക്കി ചിരിക്കുന്നു; കൂടാതെ തിരിഞ്ഞ് നോക്കി കോപ്രായങ്ങൾ കാണിച്ചും കളിയാക്കുന്നു. പല തവണ തിരിഞ്ഞ് നോക്കി പക്ഷെ ഒടുവിൽ ഫിനഗന്റെ മുഖഭാവം മാറി)

ഫിനഗൻ: 'എടൊ ഞാൻ കണ്ടു! താൻ പറഞ്ഞതൊക്കെ ഉള്ളതായിരുന്നൊ. താൻ പറഞ്ഞ പോലെ തന്നെ അതിന്റെ രൂപം. എന്നാലും എന്നേം കൊണ്ട് ചാടിച്ചല്ലോടാ മഹാപാപി. ഇത് കടിക്കുവോ? താൻ നേരത്തെ പറഞ്ഞ മന്ത്രം ഒന്നൂടെ പറ!'

റിച്ചാർഡ്: 'ഒരു രണ്ടായിരം രൂപ താ, പറയാം. വൈകിയാൽ തല അതങ്ങ് എടുക്കും, സൂക്ഷിച്ചൊ!'

ഫിനഗൻ: 'എന്നിട്ട് നിന്റെ പേട്ട തല ഇപ്പോഴും കഴുത്തിൽ ഉണ്ടല്ലൊ! അയ്യോ അതിപ്പം എനിക്ക് തൊട്ടുപിന്നിലുണ്ട്. എന്തെങ്കിലും ചെയ്യ് അണ്ണാ! എനിക്ക് വീടില്ല, ജോലിയില്ല, ഒറ്റയ്ക്കാ, എനിക്ക് വിദ്യാഭ്യാസം പോലും പൂർത്തിയാക്കാൻ സാധിച്ചിട്ടില്ല. ചേട്ടൻ തന്ന ആയിരം രൂപ ഇതാ'

റിച്ചാർഡ്: 'അടിപൊളി! പൈസ നീ തന്നെ എടുത്തൊ, പോകുന്ന വഴി ഒരു സോപ്പ് വാങ്ങിക്കൊ!'

(റിച്ചാർഡ് ഏഴര ലക്ഷം രൂപ കൊടുത്ത് വാങ്ങിച്ച മന്ത്രം ഫിനഗന് പറഞ്ഞു കൊടുത്തു, അയാളത് പത്ത് തവണ ഉച്ചത്തിൽ പറഞ്ഞു)

ഫിനഗൻ: 'മന്ത്രം ശരിയാണൊ! അതിപ്പോൾ എന്റെ ചെവിയുടെ അടുത്തുണ്ട്. അത് ശ്വസിക്കുന്നു! അയ്യോ എന്നെ രക്ഷിക്കണെ, ആരേലും ഓടി വായോ...'

പ്രേതം: 'എടാ സംപൂജ്യാ! ചാവാനും വേണമെടാ കുറച്ച് യോഗ്യത, നിനക്ക് മരണം തന്നെ രക്ഷ, അങ്ങനെ നിന്നെ സഹായിക്കാൻ എനിക്ക് മനസ്സില്ല! എന്തോന്നടാ നീയൊക്കെ, വല്ല പണിക്കും പോടാ ഇവിടെ വന്നിരുന്നു പെൺകുട്ടിളെ വായിനോക്കാതെ. നീ ആദ്യം പോയി പല്ലുതേക്ക്. എഴുന്നേറ്റ് പോടാ, ഓട്, നിർത്താതെ ഓട്, തളരുബോൾ മരിച്ചുവീഴ്, നിനക്ക് എന്റെവക ഒരു ശവക്കുഴി സൗജന്യം'

# വിവർത്തക കുറിപ്പ്

പൂജ സുധൻ (എം.എ, ബി.എഡ്)

ഈ പുസ്തകം തർജ്ജിമ ചെയ്യാൻ, വർഷങ്ങളായി മലയാള സാഹിത്യം പഠിച്ച് നേടിയ എന്റെ അറിവിന്റെ പരമാവധി ഞാൻ ഉപയോഗിച്ചിട്ടുണ്ട്. എന്നിരുന്നാലും, ഒരു ഇംഗ്ലീഷ് പുസ്തകം മലയാളത്തിൽ മൊഴിമാറ്റം ചെയ്യുമ്പോൾ വരാവുന്ന, ചില അസ്വാഭാവികതകൾ ഈ പതിപ്പിൽ ഉണ്ടാകാം എന്ന സാധ്യത, ഒഴിവാക്കാൻ പറ്റാത്ത ഒരു കാര്യമാണ് എന്ന് ഞാൻ നിങ്ങളെ ഓർമ്മിപ്പിക്കുന്നു.

ഈ പുസ്തകത്തിന്റെ എഴുത്തുകാരൻ, അഭിനന്ദ്.റ്റി, എന്റെ ജീവിതത്തിലെ സുഹൃത്തുകളുടെ കൂട്ടത്തിൽ എന്നും, ഹൃദയത്തിൽ ചേർത്ത് നിർത്താൻ കഴിയുന്ന വ്യക്തിയാണ്. എല്ലാവരിൽ നിന്നും വ്യത്യസ്തനായി സഞ്ചരിക്കുന്ന അവന്റെ പുസ്തകങ്ങളിലും, ആ സ്വഭാവം കാണാൻ സാധിക്കുന്നു. അവന്റെ മനസ്സിനുള്ളിലെ നിഗൂഢമായ കഥാലോകത്തെ,

ചെറുതായി എങ്കിലും ഒന്ന് ചുറ്റിക്കാണാൻ, ഈ തർജ്ജിമ എനിക്ക് അവസരം തന്നു. ഇങ്ങനെയൊരു അവസരം എനിക്ക് സമ്മാനിച്ചതിനും, എന്നിൽ വിശ്വാസം വച്ചതിനും, എന്റെ സ്നേഹനന്ദി രേഖപ്പെടുത്തുന്നു.

# രചയിതാവിനെ പരിചയപ്പെടാം

അഭിനന്ദ്. റ്റി

അഭിനന്ദ്. റ്റി (ജനനം: നവംബർ 7, 1999. കേരളം, ഇന്ത്യ) പുതുതായി ഉദിച്ചുയർന്ന ഒരു ഇന്ത്യൻ നോവലിസ്റ്റ് ആണ്. 2024-ൽ പുറത്തിറങ്ങിയ "പിൽസ്കേപ്പ് ട്രിലൊജി" എന്ന ഇംഗ്ലീഷ് നോവൽ പരമ്പര ശ്രദ്ധേയമായി മാറി. ഈ നോവൽ പരമ്പരയിൽ "ദി ആക്സിഡെന്റൽ വെഞ്ചേർസ് ഓഫ് കിരൺ" "ദി ഡാമേജ്ഡ് പിക്കപ്പ് ട്രക്കറാർ" "ദി ഫ്ലാമ്പോപ്പീയൻ എസ്കപാടെ" എന്നീ മൂന്ന് നോവലുകൾ ഉൾപ്പെടുന്നു. കൂടാതെ 2025-ൽ, ഇംഗ്ലീഷിലും മലയാളത്തിലും പുറത്തിറങ്ങിയ "മറന്നുപോയ പരിശുദ്ധ സത്ത: മനുഷ്യ കുലത്തിനൊരു സമർപ്പണം" എന്ന മാനുഷിക മൂല്യങ്ങളെ പറ്റി ചർച്ച ചെയ്യുന്ന ഫിലോസഫി പുസ്തകവും,

"ശവപ്പറമ്പായ വെളുത്തുള്ളി തോട്ടം അല്ല കാരണം!" എന്ന തിരക്കഥാ പുസ്തകവും പ്രകാശനം ചെയ്തു.

തുളസി. സി, സുധ. പി എന്നിവരുടെ രണ്ടാം പുത്രൻ, ജേഷ്ഠൻ അരവിന്ദ് റ്റി. മലയാള സാഹിത്യത്തിൽ ബിരുദം, ഇംഗ്ലീഷ് സാഹിത്യത്തിൽ ബിരുദാനന്തര ബിരുദം, അസിസ്റ്റന്റെ പ്രൊഫസർ യോഗ്യതാ പരീക്ഷയായ യൂ.ജീ.സി നെറ്റിൽ വിജയം എന്നീ വിദ്യാഭ്യാസ യോഗ്യതകൾ നേടി.

സാഹിത്യത്തിനോടും സർഗ്ഗാത്മകയോടുമുള്ള താൽപ്പര്യം അദ്ദേഹത്തെ ഒരു എഴുത്തുകാരൻ ആക്കുവാൻ പ്രേരിപ്പിച്ചു. ആധുനിക ലോകത്ത് പടർന്നു പന്തലിച്ചു കിടക്കുന്ന സ്വാർത്ഥത, ഒറ്റപ്പെടൽ, അക്രമങ്ങൾ തുടങ്ങിയവ തീർത്തും എതിർക്കുന്ന നിലപാടുകൾ അദ്ദേഹത്തിന്റെ എഴുത്തുകളിൽ ശ്രദ്ധേയ ഘടകമാണ്.

# 1

## ഗബ്രിയലിന്റെ ഭവനം

[അമ്പത്തിരണ്ട് വയസുള്ള ഗബ്രിയലിന്റെ രണ്ട് നില വീട്]

സമയം രാത്രി എട്ട് മണി. അളിയൻ സാമുവായി സംസാരത്തിൽ മുഴുകി ഗബ്രിയൽ, ഭാര്യ വിൻയാ അടുക്കളയിൽ ചായ തയ്യാറാക്കുന്നു.

സാം: 'നിനക്കെന്താ സംഭവിച്ചത്? ജോലിക്കൊന്നും പോകാതെ ഇവിടെ എന്തുവാ പരിപാടി? ഒരു നല്ല കാരണം എങ്കിലും കണ്ടുപിടിക്കാൻ നോക്ക്'

ഗബ്രിയൽ: 'ഞാൻ പറഞ്ഞില്ലേ ആ രൂപം എന്നെ വേട്ടയാടുന്നു എന്ന്, നിനക്ക് ചെവി കേൾക്കത്തില്ലേ! കളിയാക്കിയാൽ നിന്റെ പല്ലടിച്ച് ഞാൻ താഴെയിടും, ചിരി നിർത്തെടാ നാറി. എന്റെ സമാധാനം നഷ്ടപ്പെട്ടു'

സാം: 'സമാധാനിക്കടൊ! താൻ ഞാൻ പറഞ്ഞ അങ്ങേരെ പോയി കണ്ടായിരുന്നൊ?'

ഗബ്രിയൽ: 'അവനൊരു കള്ളനാ, എന്റെ പൈസ പോയത് മെച്ചം! എനിക്ക് ഓഫീസിൽ പോലും രക്ഷയില്ല, എന്തേലും ഒന്ന് ചെയ്യടൊ'

സാം: 'നീ പണ്ടെങ്ങാണും വല്ല ദ്രോഹവും ചെയ്തായിരുന്നൊ? അതൊ വല്ല മന്ത്രവാദിയുമായി ഉടക്ക്, ഏതേലും പുരാവസ്തു തുറന്ന് നോക്കുക, വല്ല

ശവപ്പറമ്പിലും പോയി ഉറക്കം, ഇവയിൽ ഏതെങ്കിലും ചെയ്യ്തൊ?'

ഗ്രബിയൽ: 'ഇല്ല! ഇല്ല! ഇല്ല! അതെന്നെ കഴിഞ്ഞ ആഴ്ച മുതുകിൽ മുറിവേൽപ്പിച്ചു, ഇപ്പോഴും വേദനയുണ്ട്!'

സാം: 'എടാ നീ നിന്റെ ഭാര്യയോട് പറ, അവൾ നിന്നെ സഹായിക്കും, ഈ പ്രേതം ടീംസൊക്കെ ഒറ്റയ്ക്ക് ജീവിക്കുന്ന മനുഷ്യരുടെ പിറകെ നടക്കാറുള്ളൂ. നീ എപ്പോഴും വിൻയായുടെ കൂടെ തന്നെ ഇരിക്ക്. അവളേം കൂടെ ഓഫീസിലേക്ക് കൊണ്ട് പോ'

ഗ്രബിയൽ: 'ഞാൻ ഒരു ഭീരുവാണെന്ന് അവൾ കരുതില്ലെ? എനിക്കത് പറ്റില്ല, അതിനേക്കാൾ നല്ലത് മരണം തന്നെ'

സാം: 'എന്നാ ചെന്ന് കേറി കൊട്! എടാ നിനക്കിത്ര ധൈര്യമുണ്ടേൽ ആ രൂപത്തിനോട് തന്നെയങ്ങ് ചോദിച്ചു നോക്ക് എന്തിനാ എന്നോട് ഇങ്ങനേന്ന്'

ഗ്രബിയൽ: 'അത്രയ്ക്ക് വേണൊ? ആ എന്തായാലും ഒന്ന് പരീക്ഷിച്ചു നോക്കാം'

(വിൻയ ചായയുമായി വരുന്നു, മൂന്ന് പേരും ചായ കുടിക്കുന്നു. സാം ഗ്രബിയേലിനെ കണ്ണുകൾ കൊണ്ടു ഗോഷ്ടികൾ കാണിക്കുന്നു, വിൻയയോട് കാര്യം അവതരിപ്പിക്കാനുള്ള നിർദ്ദേശമാണ് ആ ഗോഷ്ടികൾ. ഗ്രബിയൽ അസ്വസ്ഥതനാകുന്നു)

സാം: 'പെങ്ങൾക്കീ പ്രേതങ്ങളെ പറ്റി എന്താ അഭിപ്രായം? അതിൽ വിശ്വാസമുള്ളവരെ എങ്ങനെ കാണുന്നു?'

വിൻയ: 'ഭ്രാന്തന്മാർ അല്ലാതെന്ത്! പെട്ടെന്ന് ചികിത്സ തേടണം. ഞാൻ പണ്ടൊരു പ്രേത മത്സരത്തിൽ പങ്കെടുത്ത് ജയിച്ചിട്ടുണ്ട്. നൂറു രൂപ കിട്ടി'

സാം: 'എന്തായിരുന്നു അത്?'

വിൻയ: 'ആറ് മണിക്കൂർ ഒരു പ്രേതാലയത്തിനുള്ളിൽ, ഒറ്റയ്ക്ക്!'

സാം: 'അംബടി കില്ലാടി, ഗബ്രിയലെ നീ ഭാഗ്യവാനാ, ഇങ്ങനൊരു ഭാര്യ കിട്ടാൻ'

ഗബ്രിയൽ: 'അപ്പം ശരി, സാം ചെല്ല് ഞങ്ങൾക്ക് ഉറങ്ങാൻ സമയമായി'

സാം: 'ഓ ശരി ശരി'

സാം ഇറങ്ങി. ഗബ്രിയലും വിൻയയും അവരുടെ ദിവസം അവസാനിപ്പിച്ച് ഒൻപത് മണിക്ക് ഉറങ്ങാൻ കിടന്നു. ഗബ്രിയൽ പിന്നെയും അസ്വസ്ഥൻ, അയാൾ ശബ്ദം ഉണ്ടാക്കാതെ എഴുന്നേറ്റ്, കോണിപ്പടികൾ കയറി തന്റെ ഓഫീസ് റൂമിൽ പ്രവേശിച്ചു...

സമയം പതിനൊന്നു മണി. ഗബ്രിയൽ എന്തിനൊ വേണ്ടി കാത്തിരിക്കുകയാണ്. മുഖത്ത് നല്ല ധൈര്യം കാണാൻ കഴിയും, ഒരു പക്ഷെ സാം നിർദ്ദേശിച്ചത് പോലെ തന്റെ ശത്രുവിനെ നേരിടാൻ തയ്യാറായി ഇരിക്കുവാണൊ എന്ന് സംശയമുണ്ട്.

പുറത്ത് ശക്തമായ ഇടിയോട് കൂടിയ മഴ. ലാപ്ടോപ്പ് തുറന്നുവെച്ച് വെറുതെ ഇരിക്കുന്ന ഗബ്രിയൽ പെട്ടെന്ന് വിയർക്കാൻ തുടങ്ങുന്നു. ആരൊ മുറിയിൽ പ്രവേശിച്ച പോലെ അയാൾക്ക് തോന്നുന്നു. പെട്ടെന്ന്, ഗബ്രിയലിനെ ആരൊ താഴേക്ക് വലിച്ചെറിഞ്ഞു! മുതുകിൽ വീണ്ടും മുറിവുകൾ രൂപപ്പെട്ടു, രക്തം കുത്തിയൊലിക്കുന്ന മുറിവുകൾ ഗബ്രിയലിനെ അലമുറയിട്ടു കരയിപ്പിച്ചുകൊണ്ടിരുന്നു.

ഗബ്രിയൽ തിരിഞ്ഞ് തന്റെ ശത്രുവിനെ നോക്കി; ആ ഇരുണ്ട രൂപം ഇരുട്ടിൽ തിളച്ചുകൊണ്ടിരുന്നു. അത് വലുതായി വലുതായി ഗബ്രിയലിനെ ഇരുട്ടിലാഴ്ത്തി, വിഴുങ്ങി. ഗബ്രിയലിന്റെ നിലവിളികൾ കൊണ്ട് യാതൊരു പ്രയോജനവും ഉണ്ടായില്ല, കാരണം മഴ തകർത്ത് പെയ്യുകയാണ്.

ഒരു പുതപ്പെടുത്ത് തലയിൽ കൂടെ വിരിച്ചാൽ എങ്ങനെയാണോ, അതുപോലെ ഗബ്രിയൽ ആ ഭീകര ജന്മത്തോട് നിലവിളികൾ കൊണ്ട് മല്ലിട്ടോണ്ടിരുന്നു. മരണത്തിന്റെ ഗന്ധമുള്ള ആ ഇരുട്ടിന്റെ പുതപ്പിനുള്ളിൽ വിറങ്ങലിച്ചു ഗബ്രിയൽ അലമുറയിട്ടു. ഒടുവിൽ അത് തന്നെ സ്വതന്ത്രനാക്കി, വിയർത്ത് കുളിച്ച ഗബ്രിയൽ പെട്ടെന്ന് എവിടെനിന്നോ കിട്ടിയ ധൈര്യവുമായി എഴുന്നേറ്റു

ഗബ്രിയൽ: 'നീ ആരാണ്? എന്തിനാ കൊല്ലാൻ നോക്കുന്നത്? എന്റെ എല്ലാം എടുത്തോളൂ, എന്നെ വെറുതെ വിടൂ!'

ഗബ്രിയലിനെ വീണ്ടും ആരോ തറയിൽ വലിച്ചിട്ട് ഉരുട്ടുന്നു. നെഞ്ചിൽ നിന്നും രക്തം പൊടിയാൻ തുടങ്ങി. ഗബ്രിയൽ ഇഴഞ്ഞ് നീങ്ങി, രക്തപ്പാടുകൾ അയാളെ പിന്തുടർന്നു കൊണ്ടിരിന്നു, കോണിപ്പടികൾക്ക് അടുത്തെത്തുന്നു. ആരോ ചവിട്ടി തെറുപ്പിച്ച പന്ത് പോലെ ഗബ്രിയൽ ശക്തമായി ഉരുണ്ടുനീങ്ങി, താഴെ നിലംപൊത്തി. അയാൾ അബോധാവസ്ഥയിലായി.

വിൻയ എത്തുന്നു, വിയർപ്പും ചോരയും കണ്ണീരും ചേർന്നുണ്ടായ ഒരു ദ്രാവകത്തിൽ കിടക്കുന്ന, കൺപോളകളിൽ നിന്ന് വേർപെട്ട് പോയ കണ്ണുകളുമായി വികൃതരൂപത്തിൽ മരണപ്പെട്ടു കിടക്കുന്ന ഗബ്രിയലിനെ നോക്കി വിൻയ അലറി കരയാൻ തുടങ്ങി.

(...)

സമയം അതിരാവിലെ ആറുമണി. കിളികൾ കൂട്ടത്തോടെ കരയുന്നു. ഗബ്രിയലിന്റെ വീട്ടിൽ വാഹന പ്രവാഹം, മനുഷ്യർ തിങ്ങി നിറഞ്ഞ് നിൽക്കുന്നു. കരച്ചിൽ നിറഞ്ഞൊഴുകുന്നു. ഗബ്രിയലിന്റെ മൃതദേഹം സംസ്ക്കരിക്കാനായി പുറത്ത് പൊതുദർശനത്തിന് വച്ചിരിക്കുന്നു. ജനക്കൂട്ടം രോക്ഷാകുലരാകുന്നു. ആരെയോ കാത്തിരിക്കുകയാണ്

ഗ്രബ്രിയൽ കുടുംബം.

ഒരാൾ: 'അവനു വേണ്ടി ഇനിയും കാക്കണൊ! അവൻ ഇവിടെ വന്ന് നമ്മുടെ ആചാരങ്ങളെ കളിയാക്കി അപ്പോൾ തന്നെ തിരിച്ചുപോകും. വേറെ ആരേങ്കിലും കൊണ്ട് കർമ്മം ചെയ്യിക്കുന്നതാ നല്ലത്'

മറ്റൊരാൾ: 'ശരിയാ, വേറെ ആരെങ്കിലും ഉണ്ടെങ്കിൽ ദയവായി വന്ന് ഇതൊന്ന് ചെയ്യ് സമയം കളയാതെ, മൃതദേഹം അഴുകാൻ തുടങ്ങിയിരിക്കുന്നു!'

മറ്റൊരാൾ: 'വെറുതെ പ്രശ്നമുണ്ടാക്കാതെ. അവൻ തന്നെ വന്ന് ചെയ്യട്ടെ, ഇല്ലേൽ ഗ്രബ്രിയേലിന്റെ ആത്മാവിന് മോക്ഷം ലഭിക്കില്ല. അവൻ ഉടനെയെത്തും, വന്നോണ്ടിരിക്കുവാ. നിൽക്കാൻ വയ്യാത്തവർ ദയവായി പിരിഞ്ഞു പോകണം...'

# 2

# ഒരു സായാഹ്നം

(ഒരു കുന്നിന്റെ മുകളിൽ)

മുപ്പത്തിമൂന്ന് വയസ്സുള്ള ഡാനിയും അയാളുടെ ഭാര്യ ലേസിയും ഒറ്റയ്ക്ക് ഹിഗ്സ്നിഗ് കുന്നിന്റെ മുകളിൽ നിന്ന് സായാഹ്ന ഭംഗി ആസ്വദിക്കുകയാണ്.

ലേസി: 'ആ കഥകളെല്ലാം സത്യം തന്നെ! പ്രകൃതി മാലാഖ തന്റെ പരിശുദ്ധമായ വായു കൊണ്ട് എന്റെ കവിളിൽ തലോടുന്നു... സൂര്യ ഭഗവാൻ അദ്ദേഹത്തിന്റെ രശ്മികൾ കൊണ്ട് എനിക്ക് പുതുജീവൻ നൽകുന്നത് ഞാൻ അറിയുന്നു'

ഡാനി: (ചിരിക്കുന്നു) 'അത് സൂര്യനും മാലാഖയും ഒന്നുമല്ല! നിനക്ക് ജോലീം കൂലീം ഇല്ലാത്തോണ്ട് തോന്നുന്നതാ. സാധാരണ മനുഷ്യരെ പോലെ ചിന്തിച്ചു നോക്ക്'

ലേസി: 'കൂടുതൽ കളിയാക്കണ്ട! ഞാൻ എന്റെ സ്വപ്ന ജോലി ഉടനെ കണ്ടെത്തും'

ഡാനി: 'ഞാൻ അങ്ങനെ ഉദ്ദേശിച്ച് പറഞ്ഞതല്ല, നിനക്കറിയില്ലെ ഈ അന്ധവിശ്വാസങ്ങൾ എനിക്ക് ദഹിക്കാൻ പാടാണെന്ന്. നീ തന്നെയാ എന്നെ കൊണ്ട് അങ്ങനെ പറയിപ്പിച്ചത്'

ലേസി: 'ഓ ഇയാള് വലിയ സംഭവം, ബാക്കിയുള്ളോരുടെ വിശ്വാസത്തിൽ കേറിയങ്ങ് ഭരിക്കല്ലെ, നിങ്ങളും ഇതൊക്കെ വിശ്വസിക്കുന്ന പോലെ ഒന്ന് അഭിനയിച്ച് നോക്ക്, നിങ്ങൾക്കും കിട്ടും ശാന്തിയും സമാധാനവും'

ഡാനി: (ചിരിക്കുന്നു) 'എന്റെ വിഷമത്തെയോർത്ത് ദുഃഖിക്കേണ്ട താൻ, ആഗോള സാമ്പത്തിക മാന്ദ്യത്തിന്റെ കുറച്ച് വിഷമമമുണ്ട്. എല്ലാം ഉടനെ ശരിയാകും'

ലേസി: 'വാ ഡാനി, നമ്മുക്കിവിടെ ഒന്ന് ചുറ്റീട്ട് വരാം, ഈ കാട്ടീന്ന് വല്ലോം തിന്നാൻ കിട്ടുവോന്ന് നോക്കാം'

ഡാനി: 'നിന്റെ ഇഷ്ടം പോലെ...'

(വളർന്നു പന്തലിച്ച ചെടികൾക്കും കൂറ്റൻ കല്ലുകൾക്ക് ഇടയിലൂടെയും അവർ നടന്നുനീങ്ങി. കണ്ടാൽ ആരും കൊതിക്കുന്ന കൊച്ചുപഴങ്ങൾ ഒരു ഭയവുമില്ലാതെ അവർ വയറ്റിലാക്കി. ആക്രമിക്കാൻ അറിയാത്ത പലതരം മൃഗങ്ങളെ അവർ തലോടി. ഈ കുന്ന്, വിനോദ സഞ്ചാരികൾക്കായി പ്രത്യേകം നിർമ്മിച്ച ഒന്നാണെന്ന് നിസ്സംശയം പറയാം. ജീവൻ തുളുമ്പുന്ന ഇലകളാൽ അലങ്കരിച്ച് കിടക്കുന്ന, ഒരു ചെറിയ അരുവിയിൽ നിന്നും വെള്ളം കുടിച്ച് അവർ അതിലിറങ്ങി കുളിച്ചു. സഞ്ചാരം വീണ്ടും തുടങ്ങിയപ്പോൾ ഒരു മുയൽക്കൂട്ടത്തെ കണ്ട് അവർ നിന്നു, മുയൽ കുഞ്ഞുങ്ങളെ ലേസി കൈകളിൽ എടുത്ത് തലോടാൻ തുടങ്ങി. അവൾ ചിരിച്ചു.

ഡാനി: 'എന്തെ ഒരു കള്ളച്ചിരി, അവരുടെ അമ്മ നിനക്ക് നല്ല കീറ് തരും, താഴെയിറക്ക്'

ലേസി: 'നിങ്ങടെ അമ്മ, എന്നോടൊരു കുഞ്ഞിനെ ഉടനെ കൊടുക്കണം എന്ന് പറഞ്ഞു'

ഡാനി: 'എന്നാ ഒരെണ്ണത്തിനെ കയ്യിൽവെച്ചൊ, കുറേ ഉണ്ടല്ലോ'

ലേസി: 'മുയൽ കുഞ്ഞിന്റെ കാര്യമല്ല! നമ്മുടെ കുഞ്ഞ്'

ഡാനി: (ചിരിക്കുന്നു) 'എന്റെ അമ്മയല്ലേ, നാട്ടുകാരുടെ മുമ്പിൽ എനിക്കൊരു സൂക്കേടുമില്ലെന്ന് കാണിക്കാനാ'

ലേസി: 'ഏയ് അതൊന്നുമല്ല! അമ്മയ്ക്ക് ആഗ്രഹമുണ്ട് കുഞ്ഞിനെ ലാളിക്കാൻ. നമ്മുടെ കല്ല്യാണം കഴിഞ്ഞിപ്പൊ അഞ്ച് വർഷമായി, അമ്മയ്ക്ക് നല്ല വിഷമമുണ്ട്'

ഡാനി: 'എന്തേലുമാവട്ട്, നമ്മുക്ക് നടക്കാം ബാ'

(നിശബ്ദത)

ഡാനി: 'നീ ഇപ്പോഴും അമ്മേടെ വിഷമം ആലോചിച്ചു നടക്കുവാണോ?'

ലേസി: 'ചെറുതായിട്ട്, ഞാൻ ഒരമ്മയാകാൻ തയ്യാറായി എന്ന് കരുതുന്നു'

ഡാനി: 'നിന്നോട് ഞാൻ പറഞ്ഞിട്ടില്ലേ മറ്റെ കരച്ചിൽ സീരിയലുകൾ കാണുന്നത് കുറയ്ക്കണമെന്ന്, കണ്ടില്ലേ ഇപ്പോൾ എന്തായെന്ന്!'

ലേസി: 'എന്തിനാ ഇങ്ങനെ മോശം പറയുന്നത്? ഡാനിക്ക് നല്ലൊരു ജോലിയുണ്ടല്ലോ, നമ്മുക്ക് നന്നായി ഒരു കുഞ്ഞിനെ വളർത്തി ലോകത്തിന് നൽകാം. അമ്മയ്ക്കും സന്തോഷമാകും'

ഡാനി: 'അമ്മയുടെ ആഗ്രഹങ്ങൾ സാധിച്ചു നൽകാനുള്ള വസ്തുക്കളല്ല നമ്മൾ. അമ്മയ്ക്കും അച്ഛനും അവരുടെ മുപ്പതുകളിൽ സ്വപ്നങ്ങൾ ഉണ്ടായിരുന്നു, അതവർ സന്തോഷത്തോടെ പൂർത്തിയാക്കീട്ടുമുണ്ട്. പിന്നെ നമ്മളിനി എന്തിനാ! അല്ലേലും മനുഷ്യരെന്തിനാ എപ്പോഴും ബാക്കിയുള്ളോർക്ക് വേണ്ടി ജീവിക്കുന്നത്? എന്ത് മടുപ്പിക്കലാണത്? അവസാനം എന്തോ ആനമുട്ട പുഴുങ്ങിയത് കിട്ടുമെന്ന് കരുതിയാവും ഇതൊക്കെ! എന്നിട്ട് അവസാനം മക്കൾ അവരുടെ ആഗ്രഹങ്ങൾ സാധിച്ചു കൊടുക്കാൻ പറയും. നമ്മുക്കീ വിഷയം ഇവിടെ വച്ച് നിർത്താം. ബാ ടെന്റിലേക്ക് തിരിച്ച് പോകാം, എനിക്കാ

സെർവർ പ്രവർത്തനമാക്കാൻ സമയമായി'

ഡാനിയും ലേസിയും ടെന്റിലേക്ക് പോകുന്നു. ഡാനി അസ്വസ്ഥതനാണ്, സമാധാനം നശിപ്പിക്കാനുള്ള ലേസിയുടെ കഴിവിനെ പുകഴ്ത്തികൊണ്ടിരുന്നു. ലേസി ക്ഷമ ചോദിച്ചു. തന്റെ ഫോണിൽ വന്ന ഒരു കൂട്ടം മിസ്ഡ് കോളുകൾ ഡാനിയെ പരിഭ്രാന്തനാക്കി (അടുത്ത കോൾ അപ്പോൾ തന്നെ വന്നു) കോൾ എടുത്ത ഡാനി വിളിച്ചയാളോട് ക്ഷമ ചോദിക്കുന്നു. തന്റെ അച്ഛൻ മരണപ്പെട്ടു എന്ന വാർത്തയായിരുന്നു അയാൾക്ക് ഡാനിയോട് പറയാനുണ്ടായിരുന്നത്. ഡാനി സ്തംഭിച്ചു നിൽക്കുന്നു'

# 3

# ഒരു വല്ലാത്ത കണ്ടെത്തൽ

ഡാനിയും ലേസിയും എത്തിച്ചേർന്നു. ജനക്കൂട്ടം അവരെ ദേഷ്യത്തോടെ നോക്കുന്നു. ഡാനിയുടെ കണ്ണുകൾ കണ്ണീർ കൊണ്ട് നിറഞ്ഞ് നിൽക്കുന്നു, അവൻ, പൊട്ടികരയുന്ന വിൻയയുടെ കൈകളിലേക്ക് വീണു, ലേസിയും ഡാനിക്കൊപ്പം ചേരുന്നു, മൂന്നുപേരും ഒരുമിച്ചിരുന്ന് കരയുന്നു.

ഒരാൾ: 'ഇപ്പോൾ തന്നെ വൈകി! ടാ ചെറുക്കാ, എണീറ്റ് ബാ, വന്ന് കർമ്മം ചെയ്യാൻ തയ്യാറാവ്, മൃതദേഹം ഒരുപാട് അഴുകി. നാറ്റം മൂക്ക് തുളയ്യ്ക്കുന്നു'

ഡാനി: (കരഞ്ഞുകൊണ്ട്) 'അത് ചെയ്യ്താൽ അച്ഛരൻ ജീവിതത്തിലേക്ക് തിരിച്ചുവരുമോ? ദയവായി എന്നെ സമാധാനത്തോടെ ഒന്ന് കരയാൻ അനുവദിച്ചുകൂടെ?'

ലേസി: 'സർ, ഞാൻ പറഞ്ഞ് മനസിലാക്കാം'

ഒരാൾ: 'പെട്ടെന്നാവട്ടെ, എല്ലാവരും ക്ഷമയുടെ നെല്ലിപ്പലക കണ്ടിട്ടുള്ള നിൽപ്പാണ്'

കർമ്മം ചെയ്യുന്നതിന് ലേസി ഡാനിയോട് താഴ്മയായി അപേക്ഷിക്കുന്നു, പക്ഷെ ഡാനി അവളെ തള്ളിമാറ്റുന്നു. എന്നാൽ വിൻയയുടെ തീ പിടിച്ച വാക്കുകൾ ഡാനിയെ തന്റെ വാശിയിൽ നിന്ന് പിന്മാറ്റി. അവൻ ഓടി വീട്ടിൽ കയറി

പെട്ടെന്ന് വസ്ത്രംമാറി വന്ന് തിരുമേനിയുടെ നിർദ്ദേശങ്ങൾ കേട്ട് കർമ്മം പൂർത്തിയാക്കി.

ജനക്കൂട്ടത്തിനിടയിൽ ആരോ തന്റെ അച്ഛനെ ഭ്രാന്തൻ എന്ന് വിളിക്കുന്നത് കേട്ട ഡാനി, അയാളോട് രോക്ഷാകുലനായി പ്രശ്നമുണ്ടാക്കി. ഫെബിൻ എന്ന ആ വ്യക്തിയും അയാളുടെ കൂട്ടുകാരും ഡാനീടെ കൈയ്യിൽ നിന്നും ഒരുപാട് മേടിച്ചുകൂട്ടി. പോലീസ് വന്ന് പ്രശ്നക്കാരെ സ്റ്റേഷനിൽ കൊണ്ടുപോയി.

(പോലീസ് സ്റ്റേഷൻ)

ഓഫീസർ: (ഡാനിയോട്) 'നീ ആരാണെന്നാടാ നിന്റെ വിചാരം!'

ഡാനി: 'ഞാൻ എന്ത് ചെയ്യ്ത്? ഇവൻ എന്റെ മരിച്ചുപോയ അച്ഛനെ ഭ്രാന്തൻ എന്ന് മുദ്രകുത്തി!'

ഫെബിൻ: 'അതിനെന്താ തെറ്റ്? പ്രേതങ്ങളുടെ പിന്നാലെ നടന്ന് കൈയിലുള്ള കാശ് മുഴുവൻ കൊണ്ട് കണ്ണിൽ കണ്ട പൊട്ടന്മാർക്ക് കൊടുത്തയാളെ പിന്നെ, ഡോക്ടർ എന്ന് വിളിക്കണൊ? ഞങ്ങൾ നാട്ടുകാർക്കെല്ലാം ഇത് തന്നെയാണ് അഭിപ്രായം'

ഓഫീസർ: 'അത് ശരിയാണല്ലൊ! ഗബ്രിയൽ ഒരു ആറ് ഏഴ് മാസം മുമ്പ് ഇവിടെവന്ന്, ഒരു പ്രേതത്തിനെതിരെ കേസ് എടുക്കണമെന്ന് പറഞ്ഞു പ്രശ്നമുണ്ടാക്കി. അയാൾക്ക് തന്റെ വസ്ത്രങ്ങൾ മുഴുവൻ വലിച്ചുകീറി പ്രേതത്തിന്റെ വെട്ടേറ്റ പാടുകൾ കാണിക്കാൻ യാതൊരു മടിയുമില്ലായിരുന്നു. മോനെ, നിന്നെ ഞങ്ങളന്ന് വിളിച്ചായിരുന്നല്ലൊ, പക്ഷെ നീ അന്ന് ഞങ്ങളെ കളിയാക്കി, ഓർക്കുന്നുണ്ടൊ?'

ഡാനി: 'ഞാൻ വിചാരിച്ചു നിങ്ങളെല്ലാരും കൂടി എന്നെ പൊട്ടൻ കളിപ്പിക്കുവാന്ന്! ശരിക്കും എന്താ സംഭവിച്ചത്? എങ്ങനാ എന്റെ അച്ഛൻ മരണപ്പെട്ടത്? ആരെങ്കിലും കൊന്നതാണൊ?'

ഓഫീസർ: 'അല്ല, ഞങ്ങളും ആദ്യം അങ്ങനെയാ വിചാരിച്ചത്, പക്ഷെ ഗബ്രിയൽ തന്റെ ശത്രുവിന്റെ രേഖാചിത്രം വരച്ചു തന്നപ്പോൾ എല്ലാ സംശയങ്ങൾക്കും ഉത്തരം കിട്ടി'

(പോലീസ് ഓഫീസർ ഒരു കൂറ്റൻ കടലാസ് കൂമ്പാരം ഇടിച്ചു നിരത്തി അതിൽ മുങ്ങിത്താഴ്ന്ന് അവസാനം അത് കണ്ടെത്തി!)

പേര് - ഗബ്രിയൽ

വിലാസം - ഒലക്ക

പരാതി - ഒരു ഇരുണ്ട രൂപം എന്നെ കൂർത്ത നഖങ്ങൾ കൊണ്ട് ഉപദ്രവിക്കുന്നു, അതെന്നെ വേട്ടയാടുന്നു. എനിക്കറിയില്ല എന്താ ചെയ്യേണ്ടതെന്ന്! അതെന്നെ കൊല്ലും, തീർച്ചയായും. മഞ്ഞ കണ്ണുകൾ, നീണ്ട് കൂർത്ത പല്ലുകൾ, ചുറ്റും ഇരുണ്ട പുക, രണ്ട് കൈകളിലും ഇരുപത്തിനാലിലധികം വിരലുകൾ, കാഴ്ചയിൽ വാളുകൾ പോലെ. ഏറ്റവും ഭയപ്പെടുത്തുന്ന പ്രശ്നമെന്തെന്നാൽ അത് ചെറുതായും വലുതായും രൂപം മാറികൊണ്ടിരിക്കും.

(ഒരു ചിത്രം, മനുഷ്യരുമായി യാതൊരു സാമ്യവും അതിനില്ല, ഒരു വ്യക്തിയുടെ പുറത്ത് പുതപ്പ് വിരിച്ച്, മുകളിൽ രണ്ട് ദ്വാരങ്ങളിട്ട് വച്ചാൽ എങ്ങനെയുണ്ടോ, അതുപോലെ ഒരു ചിത്രം. അംഗൻവാടിയിൽ പഠിക്കുന്ന കുട്ടികൾ വരയ്ക്കുന്ന ചിത്രങ്ങൾ പോലെ)

പോലീസ് ഓഫീസറിനും ഫെബിനും ചിരി നിർത്താൻ സാധിക്കുന്നില്ല. ഡാനി ലജ്ജിച്ചു തലകുനിച്ചുനിന്നു, എന്നാൽ അവന്റെ മുഖത്തും ഒരു ചിരിയുണ്ട്.

ഡാനി: 'സാർ, ഈ കടലാസ് എനിക്ക് തരണം. എനിക്ക് ഇത് തന്നേ പറ്റു. ഞാനൊരായിരം രൂപ തരാം, ദയവായി അതിങ്ങ് തരു'

ഓഫീസർ ഉടനെ ആ കടലാസ്, ബുക്കിൽ നിന്ന് വലിച്ച് കീറി ഡാനിക്ക് നൽകി. ഡാനി, ദേഷ്യത്തോടെ അത് നാലായി മടക്കി പോക്കറ്റിൽ കുത്തിതിരുകി.

ഓഫീസർ: 'സമാധാനിക്കു മോനെ, നീയും ഇതിൽ കുറ്റക്കാരനാണ്. എന്നെ നോക്കീട്ട് കാര്യമില്ല, ഞങ്ങൾ ഇതൊക്കെ നിന്നെ വിളിച്ച് അറിയിച്ചതല്ലെ! പിന്നെ ആരെ കാണിക്കാനാ ഇപ്പോഴി നാറിയ നാടകം. പോടാ, പോയിരുന്നു സ്വത്തുക്കൾ എണ്ണി തിട്ടപ്പെടുത്ത്'

ഡാനി ഒന്നും മിണ്ടാതെ തലതാഴ്ത്തി അവിടുന്ന് ഇറങ്ങി നടന്നു, വീട്ടിൽ തിരിച്ചെത്തി, ജനക്കൂട്ടം ഇല്ല. വിൻയാ, ലേസി, സാം എന്നിവർ ദുഃഖിച്ച് കണ്ണടച്ചിരിക്കുന്നു. ഇതെല്ലാം ദൈവനിശ്ചയം, വിധി എന്ന് ലേസി സ്വയം പ്രഖ്യാപിക്കുന്നു. ഡാനി ദേഷ്യത്തോടെ മുകളിലേക്ക് ഓടിക്കയറുന്നു. ഗബ്രിയലിന്റെ മുറിയിൽ പ്രവേശിച്ചു, അവിടെയിരുന്ന മേശയുടെ മുകളിലെ സാധനങ്ങളെല്ലാം തട്ടി തെറുപ്പിച്ച് എന്തോ തിരയുന്നു.

ഡാനിയുടെ ഹൃദയമിടി കൂടുന്നു. തന്റെ പിറകിൽ ആരൊ നിൽക്കുന്നതായി അവന് തോന്നുന്നു. ഡാനി വിയർത്ത് കുളിച്ചു, പതുക്കെ തിരിഞ്ഞ് നോക്കി, ഒരു രൂപം, മനുഷ്യ രൂപം

രൂപം: 'പേടിക്കേണ്ട ഡാനി, കള്ളനല്ല, ഇത് ഞാനാ, മാധവൻ, നിന്റെ അച്ഛരന്റെ കൂടെ ജോലി ചെയ്തിരുന്ന സുഹൃത്ത്. ജോലി സംബന്ധമായ ചില ഫയലുകൾ എടുക്കാൻ വന്നതാ, അമ്മയോട് അനുവാദം ചോദിച്ചാ മുറിയിൽ കയറിയത്'

ഡാനി: 'ഇരുട്ടത്ത് നിന്ന് അൽപ്പം മാറിനിൽക്ക്! ഒരു ദിവസം ക്ഷമിക്കാൻ പറ്റില്ലായിരുന്നൊ?'

മാധവൻ: 'ഇല്ല! നിന്റെ അച്ഛരൻ കഴിഞ്ഞവർഷം മുഴുവൻ ഓഫീസിൽ വന്ന് ഒപ്പിട്ടശേഷം ഓടി പോകലായിരുന്നു, എത്ര ഫയലുകളാ കെട്ടി കിടക്കുന്നതെന്നറിയാമൊ. അദ്ദേഹം, ഒരു

യാത്ര പോലും ചെയ്യാതെ മുഴുവൻ സമയവും ആ ഇരുണ്ട രൂപത്തിന് പിന്നാലെ ആയിരുന്നു'

ഡാനി: 'ഇതിന്റെയൊക്കെ ആരംഭം എങ്ങനെ ആയിരുന്നു?'

മാധവൻ: 'കഴിഞ്ഞ വർഷം, ഗബ്രിയൽ എന്നേം കൊണ്ട് ഒരു തിരുമേനിയെ കാണാൻപോയി, ഒരു ലക്ഷം രൂപയും പൊട്ടിച്ചു!'

ഡാനി: 'ഒരു ലക്ഷം! ഇതെന്ത് ഭ്രാന്ത്, വേറെ എത്ര പൊട്ടിച്ചു?'

മാധവൻ: 'ഏതാണ്ട് എൺപത് ലക്ഷത്തോളം രൂപയാണ് പൊട്ടിച്ചതെന്നാണ് ഒരു ദിവസം മദ്യപിച്ച് എന്നോട് പറഞ്ഞത്. ഏതോ കർമ്മത്തിന്റെ ഭാഗമായി ഒരു ഒച്ചിനെ വിഴുങ്ങി രണ്ട് മാസം ആശുപത്രിയിൽ കിടന്ന് തന്നെ രൂപ മുപ്പത് ലക്ഷം പോയി! നീ എവിടെ ആയിരുന്നു ഇത്രേം കാലം, കഴിഞ്ഞ വർഷം ഒരു ദിവസമെങ്കിലും വന്ന് അദ്ദേഹത്തെ ഒന്നു സഹായിക്കാൻ തോന്നീലെ!'

ഡാനി: 'ഞാൻ ജോലി ചെയ്യുന്നത് സ്വിറ്റ്സർലൻഡിലാണ്, ഒരു കംപ്യൂട്ടർ കമ്പനിയിൽ. ആരും എന്നോടൊന്നും പറഞ്ഞതുമില്ല! എപ്പോൾ വിളിച്ചാലും അമ്മ പറയുന്നത് "ഇവിടെ എല്ലാവർക്കും സുഖം" എന്ന മൂന്നു വാക്കുകൾ മാത്രം. അതെന്താ അങ്ങനെ?'

മാധവൻ: 'നിന്റെ അന്ധവിശ്വാസങ്ങൾക്ക് എതിരെയുള്ള മേളങ്ങൾ ഇവിടെ പാട്ടല്ലെ, ഗബ്രിയലിന് നീ അദ്ദേഹത്തിനെ കളിയാക്കിച്ചിരിക്കും എന്ന് ഭയം ഉണ്ടായിരിക്കണം, ശരിക്കും നീ അങ്ങനെ തന്നെ പ്രതികരിക്കില്ലായിരുന്നൊ?'

ഡാനി: 'പിന്നല്ലാതെ! ഈ പൊട്ടത്തരം കേട്ട് ഇപ്പോൾ തന്നെ എന്റെ പുറംതൊലി ഇളകുവാ! അച്ഛൻ വല്ല പ്രേത സിനിമകളും കണ്ടായിരുന്നൊ?'

മാധവൻ:'എനിക്കതിനെ കുറിച്ച് നന്നായി ഒന്നും അറിയില്ല. ആ ഫയലുകൾ കണ്ടെത്താൻ ഒന്ന് സഹായിക്കു. പെട്ടെന്ന്

പോകണം'

ഡാനിയും മാധവനും ചേർന്ന് എല്ലാം വലിച്ചുവാരിയിട്ട് അവരുടെ തിരച്ചിൽ ആരംഭിച്ചു. അനേകം ഫയൽ മലകൾ, പുസ്തകങ്ങൾ, എല്ലാം വലിച്ചുവാരി തിരച്ചിൽ. കൂറ്റൻ ചിതൽപുറ്റുകളും മറ്റ് ജീവികളുടെ ജീവിത സാഹചര്യങ്ങളും, ഒന്ന് ഭയപ്പെടുത്തിയെങ്കിലും, അവർ തിരച്ചിൽ തുടർന്നു. എന്നാൽ ഗബ്രിയലിന്റെ മേശ തുറന്ന ഡാനി ഒരു പ്രതിമ പോലെ അതിലേക്ക് നോക്കി നിന്നു.

മാധവൻ: 'എന്ത് പറ്റി ഡാനി? എന്താ ഭയം— എന്റമ്മോ ഇതെന്തോന്ന്! ജീവനുണ്ടോ അതിന്? ഇതെന്തുവാ അവുലോസ് പൊടിയോ?'

ഡാനി: 'അല്ല! അതൊരു കുപ്പി നിറച്ച് മണലാണ്! എന്തു തേങ്ങയാ ഇതൊക്കെ? അങ്ങേർക്ക് ഭ്രാന്ത് തന്നെയായിരുന്നു! എനിക്കിത് വിശ്വാസിക്കാൻ പറ്റുന്നില്ല, എന്റെ അച്ഛരൻ ഇങ്ങനെയൊരു മണ്ടനായി മാറിയല്ലോ!'

മാധവൻ: 'അങ്ങനെ കളിയാക്കാതെ മോനെ, ചിലപ്പോൾ അദ്ദേഹത്തിന്റെ അടുത്ത് വ്യക്തമായ കാരണങ്ങൾ കാണും'

ഡാനി: (കരച്ചിൽ ചേർന്ന ഒരു ചിരിയോടെ) 'അത് ശരി... അദ്ദേഹം ഒരു ഉയർന്ന ഉദ്യോഗസ്ഥനായിരുന്നു... ഇവിടെയൊരു കുപ്പിയിൽ ഇണചേർന്നിരിക്കുന്ന ഒരു കൂട്ടം പഴുതാരകൾ, കാഴ്ചയെ പിച്ചിച്ചീന്തുന്നു. വല്ല പരീക്ഷണവും ആണോ! (ചിരിക്കുന്നു) കൂടാതെ വിവിധ തരം കുപ്പികളിൽ പ്രാണി മുട്ടകൾ, മണൽ, മുടി, അഴുകിയ മാംസം, കോഴിക്കാലുകൾ, മീൻ കണ്ണുകൾ, നഖം, പല്ല്... ഈ മഞ്ഞ നിറ ദ്രാവകം ഇനി എന്തുവാണോ എന്തോ! ദയവായി അത് കണ്ടാൽ പറയുന്ന സാധനം ആവല്ലെ'

മാധവൻ: 'എനിക്ക് തോന്നുന്നു നമ്മൾ സംശയിക്കുന്ന സാധനം തന്നെയാണതെന്ന്, വല്ലാത്ത ഒരു രൂക്ഷ ഗന്ധം

ഡാനി: 'ഓ, ഒന്ന് മിണ്ടാതെ ഇരിക്കടൊ! തനിക്ക് വേണ്ട ഫയൽ കിട്ടിയാ?'

മാധവൻ: 'കിട്ടി, നമ്മുക്ക് പെട്ടെന്ന് രക്ഷപെടാം വാ'

ഡാനിയും മാധവനും അവിടെ നിന്ന് ഇറങ്ങി ഓടി, ഡാനി ശക്തമായി ഒരു ടവ്വൽ ഉപയോഗിച്ച് ആ മുറി പൂട്ടി. മാധവനെ പിന്നീട് അവിടെ കണ്ടില്ല, അലമുറയിട്ടു പാഞ്ഞ ഒരു കാറിന്റെ ശബ്ദം കേൾക്കാം. കുറച്ചുസമയം കഴിഞ്ഞപ്പോൾ സാമും പോയി. ഡാനി, ലേസി, വിൻയ മുകളിലേക്ക് നോക്കി നിശബ്ദമായി ഇരുന്നു.

ഡാനി: 'അമ്മയ്ക്ക് പ്രേതത്തിൽ വിശ്വാസമുണ്ടോ?'

വിൻയ: 'അയ്യേ! നിനക്ക് എന്തെടാ ചെക്കാ കുഴപ്പം'

ഡാനി: 'ചുമ്മാ, ഒരു കൗതുകം. അച്ഛരന് വിശ്വാസം ഉണ്ടായിരുന്നൊ? ആ പിന്നെ, കഴിഞ്ഞ വർഷം എന്തൊക്കെയാ ഇവിടെ നടന്നത്? ഇവിടെ ഒരു കുപ്പിയിൽ ഇണചേർന്നിരിക്കുന്ന ഒരു കൂട്ടം പഴുതാരകൾ ഒരു പുതിയ ലോകം തന്നെ സൃഷ്ടിച്ചു കൊണ്ടിരിന്നപ്പോൾ, ആരെ ബോധിപ്പിക്കാൻ വേണ്ടിയാ ഇവിടെ ഒരു പ്രശ്നവുമില്ല എന്ന് നിങ്ങൾ രണ്ടും ആണയിട്ടു പറഞ്ഞത്!'

ലേസി: 'ഈ പഴുതാര കൂട്ടം ഒരുപമ അല്ലെ?'

ഡാനി: 'മിണ്ടാതിരി നീ! അമ്മ ഉത്തരം താ'

വിൻയ: 'നീ എന്തിനാ എന്നോട് വഴക്കടിക്കാൻ വരുന്നത്! നിനക്കും ഭ്രാന്തായൊ? ഗബ്രിയലിന് എന്തുപറ്റി എന്നെനിക്ക് അറിയില്ല, ഒരു തവണ പുള്ളിക്കാരൻ എന്നെ ഒരു മന്ത്രവാദീടെ അടുത്ത് പോകാൻ കൂടെ ചെല്ലുമോന്ന് ചോദിച്ചു. ആ മന്ത്രവാദീടെ പേര് ഞാൻ മറന്നുപോയി'

ഡാനി: 'എന്നിട്ട് അമ്മ പോയൊ?'

വിൻയ: 'ഇല്ല, ഒരു പ്രാവശ്യം കൂടി അത്തരം വട്ടുകളുമായി എന്റെ അടുത്ത് വരാത്തക്ക വിധം അപമാനിച്ച് വിട്ടു. സന്തോഷം ആയില്ലെ നിനക്ക്?'

(ഡോർ ബെൽ അടിച്ചു)

ഡാനി പോയി വാതിൽ തുറന്നു. ഒരു കൂട്ടം മനുഷ്യർ ഒട്ടും സൗമ്യമല്ലാത്ത രീതിയിൽ ഡാനിയെ നോക്കിനിൽക്കുന്നു

ഡാനി: 'എന്താണിനി നിങ്ങളുടെ പ്രശ്നം?

ഒരാൾ: 'ഞങ്ങൾക്ക് ഞങ്ങടെ പൈസ വേണം! ഇപ്പോൾ ചോദിക്കുന്നത് തെറ്റാന്നറിയാം പക്ഷെ, ഞങ്ങൾക്കും കുടുംബം നോക്കാൻ പൈസ തന്നെ വേണം. ഇതാ ഈ ഫയലിൽ നിന്റെ അച്ഛരൻ ഞങ്ങളുടെ കൈകളിൽ നിന്നും കടം വാങ്ങിയ പണത്തിന്റെ കണക്കാണ്. നന്നായി വായിച്ചു പഠിച്ചിട്ട്, ഈ മാസം തന്നെ ഞങ്ങളുടെ പണം തിരിച്ചു നൽകണം'

ഡാനി ആ ഫയൽ വിശദമായി പഠിക്കാൻ ആരംഭിച്ചു, ജനക്കൂട്ടം അപ്രത്യക്ഷമായി. ഡാനി പെട്ടെന്ന് ദേഹം തളർന്നു നിലത്തുവീണു. അടയാത്തതും വീർത്തതുമായ കണ്ണുകളുമായി നിലത്ത് നിസ്സഹായനായി കിടന്ന ഡാനിയെ, വിൻയായയും ലേസിയും ചേർന്ന് പൊക്കി ഇരുത്തുന്നു. വിൻയ അവന്റെ ചെണ്ട പോലെ ഇടിക്കുന്ന ഹൃദയം ശ്രദ്ധിച്ചു.

വിൻയ: 'എന്ത് പറ്റി മോനെ, അവർ ആക്രമിച്ചൊ?'

ഡാനി: 'അവരല്ല! എന്റെ മരിച്ചുപോയ പ്രിയപ്പെട്ട അച്ഛരൻ!'

വിൻയ: 'ഇരുന്ന് പിച്ചുംപേയും പറയാതെ എന്താ സംഭവിച്ചതെന്നു പറ!'

ഡാനി: 'ആ വന്നിട്ട് പോയവർ മരണം കൂടാൻ വന്നതല്ല, അവരെല്ലാം അച്ഛരൻ കടം വാങ്ങിച്ചവരാ. അതിനി നമ്മൾ ഈ മാസം കൊടുക്കണമെന്ന്! മറ്റൊരു തമാശ എന്താന്ന് വെച്ചാൽ, അച്ഛരൻ വിവിധ രാജ്യങ്ങളിലെ ബാങ്കുകളിൽ നിന്നും പൈസ കടം എടുത്തിട്ടുണ്ട്!'

വിൻയ: 'അവർ കള്ളമ്മാർ ആയിരിക്കും'

ഡാനി: 'ഈ ഫയലിൽ എല്ലാം വിശദമായി എഴുതിയിട്ടുണ്ട്, അച്ഛരന്റെ ശബള സർട്ടിഫിക്കറ്റും അൻപതിൽ പരം ചെക്കുകളും ഇതിലുണ്ട്. ആകെ കൊടുക്കാനുള്ള തുക, ഒരു കോടി മുപ്പത്തിമൂന്ന് ലക്ഷം രൂപ മാത്രം!'

വിൻയ: 'ഓഹൊ അപ്പോൾ ഇതിനായിരുന്ന് ഗബ്രിയൽ കഴിഞ്ഞവർഷം ഒറ്റയ്ക്ക് ഒരുപാട് യാത്രകൾ നടത്തിയത്, കള്ള വൃത്തികെട്ട മനുഷ്യൻ, എന്നാലും എന്നെ ചതിച്ചല്ലൊ! എന്റെ സൗന്ദര്യം പോരാതെ തോന്നി ഇത്രേം കടവും സമ്മാനിച്ച് അയാള് പോയി'

ഡാനി: 'എന്ത് യാത്രകൾ?'

വിൻയ: 'ആറ് മാസം മുൻപ്. ജോലി ഭാരം താങ്ങാൻ വയ്യ, കുറച്ചുനാൾ വിശ്രമിക്കട്ടെ എന്നും പറഞ്ഞ് ഒറ്റ പോക്ക്. ഒറ്റയ്ക്ക് പോകണം എന്ന് വാശി പിടിച്ചു, രണ്ട് മാസം കഴിഞ്ഞു തിരികെവന്നു. എന്നാലും എന്നോട്!' (കരയുന്നു)

ഡാനി: 'സമാധാനിക്കമ്മെ, അച്ഛരൻ യാത്ര പോയത് ഈ ഫയലുകളിൽ പറഞ്ഞിരിക്കുന്ന സ്ഥലങ്ങളിൽ നിന്നും പണം സമാഹരിക്കാൻ ആയിരുന്നു, എന്തൊ വലിയൊരു പദ്ധതിക്ക് വേണ്ടി ആയിരിക്കണം. കണ്ടു പിടിക്കണം'

വിൻയ: 'സാം മാനേജറായ ബാങ്കിലല്ലെ ഗബ്രിയലിന് അക്കൗണ്ടുള്ളത്, അവൻ സഹായിക്കും'

ഡാനി: 'അത് ശരിയാ, അങ്കിളിനോട് അച്ഛരന്റെ പണമിടപാട് പട്ടിക എടുത്തുതരാൻ പറ'

വിൻയ സാമിനെ വിളിച്ച് കാര്യം പറഞ്ഞു. ഡാനിയും ലേസിയും കാറിൽ പുറത്തുപോയി. ഡാനി വാഹനം ഒരു തിയേറ്ററിന്റെ മുമ്പിൽ ഒതുക്കി.

ലേസി: 'എന്താ ഇവിടെ നിർത്തിയത്?'

ഡാനി: 'അതെന്തൊരു ചോദ്യം? തിയേറ്ററിൽ വരുന്നതെന്തിനാ, ഫുഡ് കഴിക്കാനല്ലെ. വാ കഴിക്കാം'

ലേസി: 'കുറച്ച് ദിവസം കഴിഞ്ഞു പോരെ? ആളുകൾ എന്ത് വിചാരിക്കും? ചിരിക്കാതിരി ഞാൻ ശരിക്കും പറഞ്ഞതാ! അച്ഛൻ പോയതിന്റെ വിഷമത്തിൽ അല്ലെ നമ്മൾ, ഇത് വേണൊ?'

ഡാനി: 'ഞാനും വിഷമത്തിൽ തന്നെയാണ്, പക്ഷെ എന്റെ അച്ഛൻ ഈ ഉണ്ടാക്കിവെച്ചിരിക്കുന്ന കടങ്ങൾ ഓർക്കുമ്പോൾ ആകെ തളരുന്നു. താൻ പറഞ്ഞ ആൾക്കാർ വന്ന് അതൊക്കെ വീട്ടുമൊ? എന്റെ കമ്പനി നിരന്തരം വിളിച്ചു കൊണ്ടിരിക്കുവാ എന്നെ! ഈ സമയം ഞാൻ എങ്ങനെ ജോലി ചെയ്യും!'

ലേസി: 'അതൊക്കെ എനിക്കറിയാം. നമ്മുക്ക് തൽക്കാലം ബീച്ചിൽ പോയി സമാധാനിക്കാം'

ഡാനി: 'അത് ശരിയാ, അല്ലേലും ഇപ്പോൾ ഇറങ്ങിയ സിനിമകൾക്ക് മോശം അഭിപ്രായങ്ങളാ പരക്കുന്നത്. ബീച്ചെങ്കിൽ ബീച്ച്'

ഡാനി വണ്ടിതിരിച്ച് ബീച്ചിലേക്ക് വിട്ടു, പക്ഷെ പോകുന്ന വഴി എന്തൊ ശ്രദ്ധയിൽപ്പെട്ട ഡാനി, പെട്ടെന്ന് വണ്ടി നിർത്തി. വണ്ടി റിവേഴ്സ് പോയി, ഒരു പോസ്റ്റിൽ ഒട്ടിച്ചുവച്ചിരിക്കുന്ന നോട്ടീസ് കണ്ട് ഞെട്ടിപ്പോയ ഡാനി തന്റെ ചിന്തകൾക്കിടയിൽ പെട്ട് അസ്വസ്ഥനായി.

ലേസി: 'എന്ത് പറ്റി? ആരാ ഇത്?'

ഡാനി: 'അച്ഛന്റെ കൂടെ ജോലി ചെയ്തിരുന്ന ആളാ, ഇന്നലെ വീട്ടിൽ വച്ച് കണ്ടായിരുന്നു, വാ നമ്മുക്കൊന്ന് കണ്ടിട്ട് വരാം'

ഡാനിയും ലേസിയും കാറിൽ നിന്നിറങ്ങി ഒരു ഇടവഴിയിലൂടെ നടന്നുനീങ്ങി. ഒരു ജനക്കൂട്ടം അവിടെ നിൽക്കുന്നു, മരണ കർമ്മങ്ങൾ നടക്കുന്നു. ഡാനി ഒരാളോട് കാര്യം അന്വേഷിച്ചു, മാധവന് ഇന്നലെ മസ്തിഷ്കാഘാതം സംഭവിച്ച് മരിച്ചു എന്ന് മനസ്സിലാക്കി ഡാനി ലേസിയേയും

കൂട്ടി അവിടെനിന്നും പോകുന്നു. കാറിൽ കയറി ബീച്ചിലെത്തുന്നു, ഡാനി ഇതുവരെ ഒന്നും സംസാരിച്ചിട്ടില്ല

ലേസി: 'ഡാനി, എന്താ ആലോചിക്കുന്നത്? എന്തൊ നമ്മുടെ കുടുംബത്തെ വേട്ടയാടുന്നു എന്ന് കരുതുന്നൊ?'

ഡാനി: (ചിരിക്കുന്നു) 'എന്തോന്ന്? നീയും പറഞ്ഞ് പറഞ്ഞ് പ്രേതകഥയിലേക്കാണൊ പോക്ക്'

ലേസി: 'അതെ, നമ്മുടെ വീടിന് എന്തങ്കിലും പ്രശ്നം ഉണ്ടെങ്കിലൊ? എന്ത് തോന്നുന്നു?'

ഡാനി: 'ഇത്രേം നാൾ എന്റെ കൂടെ ജീവിച്ചിട്ടും നിനക്കെങ്ങനെ ഇത്തരമൊരു പൊട്ടത്തരം പറയാൻ കഴിഞ്ഞു! ഞാൻ പറയാം എന്താ സംഭവിച്ചതെന്ന്, അമിതമായ രക്തസമ്മർദ്ദം!'

ലേസി: 'ശരി, ഞാനൊരു കാര്യം പറയാൻ വിട്ടുപോയി, അമ്മ എന്നോട് കുഞ്ഞിന്റെ കാര്യം വീണ്ടും തിരക്കി. എന്ത് തോന്നുന്നു'

ഡാനി: 'ഇത്രേം പ്രശ്നങ്ങൾക്കിടയിൽ ഇങ്ങനെയൊരു കാര്യം പറയാൻ മാത്രം ധൈര്യം അമ്മയ്ക്ക് എവിടെനിന്ന് കിട്ടി! സമ്മതിച്ചു. ഞാൻ ഒരു തണുപ്പൻ ആണെന്ന് തോന്നി തുടങ്ങിയൊ നിനക്കും?'

ലേസി: 'അതെന്താ അങ്ങനൊരു സംസാരം, നീ പൊളിയല്ലെ, എന്റെ ചക്കരയല്ലെ'

ഡാനി: 'ഹാവു, എന്നാ പിന്നെ ഈ കുഞ്ഞിന്റെ കാര്യം ഒരു രണ്ട് വർഷം കൂടി കഴിഞ്ഞിട്ട് തീരുമാനിക്കാം'

(മൊബൈൽ ബെല്ലടിച്ചു)

ഡാനി: 'ഹലോ... ശരി അങ്കിൾ... എവിടെ... മതി, ഞങ്ങൾ ഉടനെ അങ്ങോട്ട് എത്തിക്കോളാം. ലേസി, സാം അങ്കിളാ വിളിച്ചത്, അച്ഛന്റെ പണമിടപാട് രേഖകൾ ശേഖരിച്ച് വെച്ചിട്ടുണ്ട്, നമ്മളോട് ഉടനെ ചെല്ലാൻ. എല്ലാ സംശയങ്ങൾക്കും ഇന്ന് മറുപടി കിട്ടും'

# 4

# ദുരൂഹ നിലവറ

ഡാനിയും ലേസിയും സാമിനെ കാണാൻ ബാങ്കിൽ ചെന്നു, പുറത്ത് കാറിൽ കാത്തിരുന്നു, സാം വന്നു

സാം: 'ഹലോ ഗയ്സ്, എന്തൊക്കെയുണ്ട്?'

ഡാനി: 'സുഖം, പണമിടപാട് രേഖകളിൽ എന്തുവാ പറയുന്നത്, ആർക്കാണ് കൂടുതൽ കൊടുത്തത്? രാജ്യാന്തര ഇടപാടുകൾ ഉണ്ടോ? ഇവരുടെ അഡ്രസ്സ് കിട്ടാൻ എന്തേലും വഴിയുണ്ടോ?'

സാം: 'സമാധാനിക്ക് മോനേ! ഗബ്രിയൽ ലോകത്തിന്റെ പല ഭാഗങ്ങളിൽ നിന്നും പൈസ കടം എടുത്തിട്ടുണ്ട്! എല്ലാം കഴിഞ്ഞ ആറുമാസ കാലയളവിലാണ്. കൂടുതൽ പൈസ കൈമാറിയത് ഒരാൾക്കാണ്, ഹെക്സൻ കൗണ്ടിയിൽ ആർഭാടമായി ജീവിക്കുന്ന, ദി ഡെവിൽ സ്ലേയർ എന്ന അപരനാമത്തിൽ അറിയപെടുന്ന ഒരു കള്ളനാണ് ഇയാൾ'

ഡാനി: 'എത്ര പൈസ തട്ടി ഇവൻ, അച്ഛന്റെ കയ്യീന്ന്?'

സാം: 'ഏതാണ്ട് ഇരുപത് ലക്ഷം രൂപ ബാങ്ക് ട്രാൻസ്ഫർ ചെയ്യ്തിട്ടുണ്ട്'

ഡാനി നിശ്ശബ്ദനായി നിന്നു, കണ്ണുകളിൽ നിന്നും കണ്ണുനീർ ഒലിച്ചു കൊണ്ടിരുന്നു. മുഖം ചുവന്നുതുടുത്തു, കൈയും കാലും വിറയ്ക്കുന്നു. വീഴാതിരിക്കാൻ ലേസി

അവനെ മാറോടു ചേർത്തുനിർത്തി.

സാം: വിഷമിക്കേണ്ട കാര്യമില്ല മോനെ, നമ്മുക്ക് പോലീസിൽ പരാതിപ്പെടാം, എന്റെ കൂടെ വാ'

സാം ഡാനിയെ എടുത്തു കാറിലിരുത്തി വണ്ടി പോലീസ് സ്റ്റേഷനിലേക്ക് കൊണ്ടുപോയി. ദമ്പതികളെ വണ്ടിയിൽ ഇരുത്തി സാം സ്റ്റേഷനിലേക്ക് ഓടിക്കയറി. ലേസി ഡാനിയെ ആശ്വസിപ്പിച്ചോണ്ടിരുന്നു, എന്നാൽ അവൾ അനാവശ്യ ചോദ്യങ്ങൾ കേട്ട് അസ്വസ്ഥതയായി ഇരുന്നു. ഒരു മണിക്കൂർ കഴിഞ്ഞ് സാം തിരികെയെത്തി.

ഡാനി: 'എന്ത് പറ്റി അങ്കിൾ? അവനെ കണ്ട് പിടിക്കാൻ സാധിച്ചൊ? നമ്മുക്ക് പോയി അവനെ കയ്യോടെ പിടിക്കാം. വണ്ടിയെടുക്ക് പെട്ടെന്ന്'

സാം: 'ക്ഷമിക്കണം മോനെ, നമ്മുക്കൊന്നും ചെയ്യാൻ സാധിക്കില്ല. അവൻ ഒരു ഭൂലോക കള്ളനാണ്. പോലീസ് ഇരുപത് വർഷമായി അവന്റെ കൂടെ ഓടുവാ, എന്നിട്ടും നിന്റെ അച്ഛരൻ എങ്ങനെ പൊക്കി അവനെ! ഭയങ്കരം'

ലേസി: 'അങ്കിൾ, ഇവൻ എന്ത് ചെയ്‌താ ആൾക്കാരെ പറ്റിക്കുന്നത്? പോലീസ് വല്ലോം പറഞ്ഞൊ?'

സാം: 'ഇവൻ ദിവ്യശക്തി കൂടിയിരിക്കുന്ന വ്യാജ പ്രതിമകൾ വിൽക്കും, അവ പ്രേത-ഭൂത ശക്തികളിൽ നിന്ന് രക്ഷതരും എന്നാണ് അവകാശവാദം. കൂടാതെ പല മന്ത്രവാദ കർമ്മങ്ങളും ചെയ്യാറുണ്ട്. നീ ദേഷ്യം അടക്കിക്കെ, നിന്റെ അച്ഛരൻ ഒരു തെറ്റ് ചെയ്തു, ക്ഷമിക്ക്'

ഡാനി: 'ക്ഷമിക്കാനൊ! ഞങ്ങൾക്കെതിരെ വധഭീഷണികൾ ഉയർത്തിക്കഴിഞ്ഞു, ഈ കടങ്ങൾ എല്ലാം ഉടനെ വീട്ടിയില്ലെങ്കിൽ അവർ ഞങ്ങളെ കത്തിക്കും!'

സാം: 'എനിക്കെന്തെങ്കിലും സഹായം പറ്റുമെങ്കിൽ ചോദിക്കാൻ മടിക്കരുത്, വരൂ നിങ്ങളെ വീട്ടിൽ കൊണ്ട് വിടാം'

ഡാനി എന്തൊക്കെയൊ ആലോചിച്ചു മരിച്ചത് പോലെ ഒറ്റനിൽപ്പാണ്. സാമും ലേസിയും അവനെ ശല്ല്യം ചെയ്യാതെ കാത്തുനിന്നു.

സാം അവരെ വീട്ടിൽ കൊണ്ടുവിട്ടു. ഡാനി ഉടൻ തന്നെ വിൻയായിക്ക് നേരെ തിരിഞ്ഞു.

ഡാനി: 'അമ്മാ! ബേസ്മെന്റിലേക്കുള്ള താക്കോൽ എവിടെ, പെട്ടെന്നെടുക്ക്!'

വിൻയ: 'എന്റെടുത്ത് ആണ്ജാപിക്കുന്നെനാ! ഞാൻ നിന്റെ അമ്മയാടാ'

ലേസി: 'അമ്മ ഫിലോസഫിക്ക് സമയം പിന്നെ തരാം, താക്കോൽ എടുത്ത് കൊടുക്ക് അമ്മെ!'

വിൻയ തന്റെ മുറിയിലേക്കോടി, അരിച്ചുപെറുക്കൽ ആരംഭിച്ചു... താക്കോൽ കിട്ടി! ഡാനിക്ക് നൽകി. അവൻ അതുംകൊണ്ട് പതുക്കെ നടന്ന് വാതിലിന്റെ അടുത്തെത്തി, അവിടെ നിന്ന് തന്റെ പ്രതീക്ഷകൾ ഒന്നുകൂടെ മനസ്സിൽ കരുതുന്നു. ആ വാതിലിന്റെ പൂട്ട് സംവിധാനം അവനെ അസ്വസ്ഥതനാക്കി; ഒരു തലയോട്ടിയിൽ രണ്ട് പാമ്പുകൾ ചുറ്റിയിരുക്കുന്ന ഒരു പൂട്ട്, ആ തലയോട്ടിയിൽ വാ-ഭാഗത്ത് താക്കോൽ ഇറക്കണം.

ലേസി: 'ആദ്യമായിട്ടാണൊ ഈ പൂട്ട് കാണുന്നത്. ഈ വാതിൽ മുമ്പ് തുറന്നിട്ടില്ലെ?'

ഡാനി: 'ഈ പൂട്ട് ആദ്യായിട്ടാ കാണുന്നെ, എന്തൊ ഭീകരമായ കാര്യങ്ങൾ അകത്ത് നമ്മളെ കാത്തിരിക്കുന്നു എന്ന് എന്റെ മനസ്സ് പറയുന്നു'

വിൻയ: 'കഴിഞ്ഞവർഷം മുതൽ ഈ വാതിൽ ഗബ്രിയൽ മാത്രമേ തുറന്നിട്ടുള്ളു'

ഡാനി: 'ഒട്ടും പ്രതീക്ഷിച്ചില്ല'

ഡാനി താക്കോലിട്ടു. ആ ബേസ്മെന്റെ വാതിൽ തുറക്കാൻ ശ്രമിച്ചു, പ്രയാസം നേരിട്ടു, പക്ഷെ അവന്റെ ദേഷ്യംപുരണ്ട

ചവിട്ടുകൾ ആ വാതിൽ തുറന്നു. ഔഷധ കൂട്ടുകളും സുഗന്ധവ്യഞ്ജനങ്ങളും കൂട്ടികുഴച്ച ഒരു ശക്തമായ ഗന്ധം, അവർ മൂവരുടെയും മൂക്കിൽ തറച്ച് കയറി. കുറച്ചു സമയം വിശ്രമിച്ചശേഷം മൂവരും ആ മുറിയിലേക്ക് പ്രവേശിച്ചു. ഡാനി ഭയന്ന് പിറകിലേക്ക് കാൽവച്ചു. ബേസ്മെന്റെ മുറി നിറച്ചും വ്യത്യസ്തമായ വസ്തുക്കളായിരുന്നു; ഒരു മുറിച്ച് മാറ്റിയ ഡ്യൂപ്ലിക്കേറ്റ് കയ്യെടുത്ത്, ഒരു സ്വർണ്ണ നിറമുള്ള വടിയുടെ മുകളിൽ കുത്തി വെച്ചിരിക്കുന്നു, അഞ്ച് തലയോട്ടികൾ; ഡ്യൂപ്ലിക്കേറ്റ് ആകാനാണ് സാധ്യത, എല്ലുകൾ ഉപയോഗിച്ച് നിർമ്മിച്ച ഒരു പെട്ടി, ഒട്ടും ആകൃതിയില്ലാത്ത ഒരു കല്ലിൽ എതൊക്കെയൊ അക്ഷരങ്ങൾ കൊത്തി വച്ചിരിക്കുന്നു, ഒരു ബക്കറ്റിൽ ദുർഗന്ധം പരത്തുന്ന ഏതൊ പൊടി, ഒരു ഗ്ലാസ് കുപ്പിയിൽ പച്ച പുല്ലും പ്രാണികളും. മൂവരും അലറിക്കൊണ്ട് അവിടെ നിന്ന് ഇറങ്ങിയോടി...

അത്തരമൊരു അവസ്ഥയിലും ഡാനി തന്റെ വിറയ്ക്കുന്ന കൈകൾ കൊണ്ട് ആ വാതിൽ പൂട്ടാൻ ശ്രദ്ധിച്ചു. ഗബ്രിയൽ ഭവനം നിശബ്ദമായി; മൂവരും മാനസിക ശാരീരിക തളർച്ചയിൽ മുങ്ങി, തറയിലും കസേരയിലുമായി ആ രാത്രി കഴിച്ചുകൂട്ടി. അടുത്ത ദിവസം, വിൻയ ആദ്യം എഴുന്നേറ്റ് ദമ്പതികളെ എഴുന്നേൽപ്പിച്ചു. കഴിഞ്ഞ ദിവസങ്ങളിൽ നടന്ന സംഭവങ്ങൾ ചർച്ചചെയ്യാൻ അവർക്ക് താൽപ്പര്യമില്ലായിരുന്നു. ഭവനം വീണ്ടും ശാന്തമാക്കാൻ ഡാനി തന്റെ അച്ഛൻ കാണിച്ചു കൂട്ടിയ പോട്ടത്തരങ്ങൾ വച്ച് ഒരു തമാശ പറഞ്ഞു, ലേസിയും വിൻയായും അതേറ്റ് പിടിച്ച് ചിരിച്ചു. ഡാനി മുറിയിലേക്ക് പോയി, കുളിച്ചു കുട്ടപ്പനായി എവിടെയൊ പോകാനായി ഇറങ്ങുന്നു.

ലേസി: 'എങ്ങോട്ടാണ് കുളിച്ചൊരുങ്ങി? ഞാൻ വരണ്ടെ?'

ഡാനി: 'നിനക്ക് രാജേന്ദ്രാ സോഫ്റ്റ്‌വയർ കമ്പനിയിൽ ഉയർന്ന പ്രോഗ്രാമറാകാനുള്ള ഒരു അഭിമുഖത്തിൽ

പങ്കെടുക്കാൻ താല്പര്യമുണ്ടൊ? എങ്കിൽ കൂടെ പോര്'

ലേസി: 'ഞാൻ എന്തിന് തിരക്കാൻ പോയി! ആട്ടെ നേരത്തെ ജോലിചെയ്യ്ത കമ്പനിയിൽ എന്ത് പറ്റി?'

ഡാനി: 'അവർ എന്നെ പിരിച്ചു വിട്ടു, എന്താ സംഭവിച്ചതെന്ന് അറിയില്ല. സാമ്പത്തിക മാന്ദ്യത്തിന്റെ ആയിരിക്കും'

ലേസി: 'അത് ശരിയായില്ല! നീ അവുടുത്തെ വലിയ സംഭവം അല്ലായിരുന്നൊ, പിന്നെങ്ങനെ? ശ്ശെടാ ഇവന്മാർക്ക് ഇത് എന്തിന്റെ കേട്. ഈ കമ്പനി എങ്ങനെയാ, നേരത്തെ അറിയാമൊ?'

ഡാനി: 'ആരൊ എനിക്ക് മെയിൽ അയച്ചു, ദയവായി അഭിമുഖത്തിൽ പങ്കെടുക്കാൻ ക്ഷണിച്ചു. കൂടാതെ കമ്പനിയിലേക്ക് സ്വാഗതം ചെയ്യുന്ന ഒരു സന്ദേശവും വന്നു. ഒരു വർഷം അൻപത് ലക്ഷത്തിലധികം ശമ്പളം തരാമെന്ന് പറഞ്ഞു!'

ലേസി: 'ശരിക്കും അവർ "ദയവായി" എന്ന് പറഞ്ഞൊ? ഒട്ടും യോജിപ്പില്ല'

ഡാനി: 'ഓ സമ്മതിച്ചു, നമ്മുക്ക് പൈസ വേണ്ടേ, അല്ലെങ്കിൽ അവർ നമ്മളെ ഇല്ലാതാക്കും, മറന്നുപോയൊ'

ലേസി: 'അതെ, എനിക്കൊരു മുവ്വായിരം രൂപ തരാമൊ, കുറച്ചു മേക്കപ്പ് സാധനങ്ങൾ ഞാൻ ഓർഡർ ചെയ്തിട്ടുണ്ടായിരുന്നു'

ഡാനി: (നീണ്ട ഒരു ശ്വാസം എടുത്തുകൊണ്ട്) 'എന്ത്! നിനക്ക് എന്തിന്റെ ഭ്രാന്താ? ഞാൻ കഷ്ടപ്പെട്ടുണ്ടാക്കുന്ന പൈസ നശിപ്പിക്കാനാണൊ നിന്നെ എന്റെ തലയിൽ വെച്ചു തന്നത്. നിനക്ക് പൈസേടെ വില അറിയത്തില്ല, അതിന്റെ കേടാ! ഞാൻ ഇങ്ങനെ കിടന്ന് കഷ്ടപ്പെട്ടു മേശയിൽ ആഹാരം എത്തിക്കുമ്പോൾ, നീ ഇവിടിരുന്ന് കണ്ണിൽ കണ്ട സീരിയലുകളും കണ്ട് കരഞ്ഞ് മെഴുകി ഇവിടെ

കിടന്നുറങ്ങുന്നു. പിന്നെങ്ങനെ നിനക്ക് പൈസയോട് ബഹുമാനം വരാനാണ്"

ലേസി: 'ഒന്ന് നിർത്ത്! ഞാൻ ഓർഡർ പിൻവലിക്കാൻ തീരുമാനിച്ചു, മതിയായൊ!'

ഡാനി: (ചിരിക്കുന്നു) 'ഞാൻ ചുമ്മാ തമാശ പറഞ്ഞതാ, ക്ഷമിക്കൂ മോളെ, നീ എന്തിനാണ് എപ്പോഴും എന്റെ കളിപ്പീരിൽ വീണ് പോകുന്നേ!'

ലേസി: (കരയുന്നു) 'നിനക്കിതെല്ലാം തമാശയാണണല്ലെ... ഞാൻ അനുഭവിക്കുന്ന പ്രശ്നങ്ങൾ... എനിക്ക് ഇനി ജീവിക്കേണ്ട!'

ഡാനി: 'എടീ സോറി, ഇതാ എന്റെ ക്രെഡിറ്റ് കാർഡ്, നിനക്ക് ഇഷ്ടമുള്ളതെല്ലാം മേടിച്ചൊ. ഞാനൊ ഒന്നും വാങ്ങിക്കത്തില്ല, നീ എങ്കിലും സന്തോഷിക്ക്"

ലേസി: (കരഞ്ഞു കൊണ്ട്) 'നീ വീണ്ടും എന്നെ കളിയാക്കി സംസാരിക്കുന്നു, നിനക്ക് എന്താടാ?'

ഡാനി: 'അതെ എനിക്ക് സമയം തീരെ നഹി, നീ ഒരു കാര്യം ചെയ്യ്, ഇവിടെ ഇരുന്നാലൊചിച്ച് എന്നെ പേടിപ്പിക്കാൻ എന്തെങ്കിലും കണ്ടെത്ത്. നിനക്കറിയാലൊ ഈ പിള്ളേരുകളി എനിക്ക് ഇഷ്ടമല്ലെന്ന്"

ലേസി: (ചിരിക്കുന്നു) 'അപ്പോൾ ക്രെഡിറ്റ് കാർഡ്?'

ഡാനി: 'അപ്പോൾ പേടിപ്പിക്കാൻ അവസരം വേണ്ടെ?'

ലേസി: 'ഞാൻ നല്ലൊരു പണി തരുന്നുണ്ട്, നീ ഇന്ന് പേടിച്ച് മൂത്രമൊഴിക്കും. നീ പ്രേതപ്പടങ്ങൾ ഒന്നും കണ്ടിട്ടില്ലാത്ത വ്യക്തിയല്ലെ, ഇന്ന് കുറച്ചു പടങ്ങൾ കാണുന്നത് നിനക്ക് ഉപകാരപ്പെടും'

ഡാനി: 'ഞാൻ കാത്തിരിക്കും'

ലേസി: 'അങ്ങനെ തന്നെ ഇരിക്കണേ'

# 5

## വീണ്ടും സംഭവിച്ചു

ഡാനി ബാഗുമായി ഓഫീസിൽ പോകുന്നു. ഒരു മണിക്കൂറിനു ശേഷം തന്റെ പുതിയ കമ്പനിയിലെത്തി, വളരെ സൗഹൃദമായ ഒരു സ്വാഗതം ലഭിച്ചു. ഡാനി ഞെട്ടിത്തരിച്ചു നിന്നു, അഭിമുഖത്തിന് എത്തുന്നവർക്ക് ഇങ്ങനെയുള്ള ചടങ്ങുകൾ നടത്തുന്നത് ആദ്യമായി കാണുകയാണ്. കൂടാതെ, കമ്പനിയുടെ വിസ്തീർണ്ണം കണ്ട് അവന്റെ കണ്ണുതള്ളി പോയി, പേര് കേട്ടപ്പോൾ ഏതോ തട്ടിക്കൂട്ട് സംരംഭം ആണെന്നാണ് പുള്ളി കരുതിയിരുന്നത്. ഡാനിയെ മാനേജർ വന്ന് അകത്തേക്ക് കൊണ്ടുപോയി.

മാനേജർ: 'ഞങ്ങളുടെ കുടുംബത്തിലേക്ക് സ്വാഗതം ഡാനി. എന്റെ പേര് ഓബർ, ഇവിടെ മാനേജറായി ഇരുപത് വർഷം പൂർത്തിയാക്കി'

ഡാനി: 'നന്ദിയുണ്ട് സർ. എന്റെ അഭിമുഖം എവിടെയാണ് സർ നടത്തുന്നത്, എപ്പോഴാ?'

മാനേജർ: 'തനിക്ക് അഭിമുഖൊ? അത് കൊള്ളാം. കംപ്യൂട്ടർ ഓണാക്കാൻ പോലുമറിയാത്തവരെ വരെ ഞങ്ങൾ അഭിമുഖം നടത്തിയിട്ടുണ്ട്. ഇതാ തന്റെ ഐ.ഡി കാർഡ്, തന്റെ ഓഫീസ് രണ്ടാമത്തെ നിലയിലാണ്. എന്നാ തുടങ്ങിക്കൊ'

ഡാനി: 'ഇങ്ങനൊരു അവസരം തന്നതിന് നന്ദി സർ'

മാനേജർ: 'നന്ദി ഞങ്ങളല്ലെ പറയേണ്ടത്, ഇവിടെ വന്നതിന് നന്ദി' (ചിരിക്കുന്നു)

ഡാനി തന്റെ ഓഫീസ് റൂമിലേക്ക് ചെന്നു. നന്നായി അലങ്കരിച്ചതും രണ്ട് ഏസിയും കൊണ്ട് വിശാലമായ ഒരു മുറി. ഒരു മൂലയിൽ, കണ്ടാൽ ആർക്കും നേരെ ചാടിവീണ് ഉറങ്ങാൻ തോന്നുന്ന ഒരു നീണ്ട, പഞ്ഞിയിൽ പൊതിഞ്ഞ ഇരിപ്പിടം. എന്ത് ചെയ്യണം എന്നറിയാതെ ഡാനി ആ തണുപ്പിൽ വിറച്ചുനിന്നു, പെട്ടെന്ന് മേശയിലിരിക്കുന്ന ഒരു കത്ത് തന്റെ ശ്രദ്ധയിൽപ്പെട്ടു, അതിൽ താൻ ചെയ്യേണ്ട കാര്യങ്ങളാണ് എഴുതിയിട്ടുള്ളത്. ഡാനി ആ കത്തിൽ പറഞ്ഞ പോലെ ജോലി തുടങ്ങി, ഒരു മണിക്കൂർ കൊണ്ട് പൂർത്തിയാക്കി, പഞ്ഞിപ്പിടത്തിൽ നിദ്ര തുടങ്ങി, ലേസിയെ വിളിച്ചു.

ലേസി: (നിശബ്ദത... റോ!) 'പേടിച്ചോ കുട്ടാ? ദേഷ്യം വന്നാ?'

ഡാനി: 'കഷ്ടം തന്നെ കൊച്ചെ! നീയെന്തുവാ അഞ്ചിൽ പഠിക്കുന്ന കുട്ടിയൊ? കുട്ടികള് പോലും പേടിക്കില്ല'

ലേസി: 'അത്രയ്ക്ക് മോശമായിരുന്നൊ?'

ഡാനി: 'അതൊക്കെ പോട്ടെ, അമ്മ എന്ത് ചെയ്യുന്നു? ഇന്നലെ ഞാൻ അമ്മയോടു ദേഷ്യം കാണിച്ചതിൽ ഒരു വിഷമം'

ലേസി: 'അമ്മ വീട് വൃത്തിയാക്കുവാ'

(നിശബ്ദത)

ഡാനി: 'ശ്ശെടാ, ലേസി നി അമ്മയെ, അച്ഛരന്റെ ഓഫീസ് മുറിയിൽ പ്രവേശിക്കാൻ അനുവദിക്കാതെ നോക്കണം. എന്താന്ന് ചോദിച്ചു നിൽക്കാതെ പെട്ടെന്ന് ചെല്ല്'

ലേസി പെട്ടെന്ന് ഓടി ഗബ്രിയലിന്റെ ഓഫീസ് റൂമിൽ എത്തി. ഡാനീടെ സംശയം ശരിയായിരുന്നു, വിൻയ മുറി വൃത്തിയാക്കുന്ന തിരക്കിലാണ്, ചൂലും കോരിയും പുറത്തിരിപ്പുണ്ട്. കംപ്യൂട്ടർ ഓണായി ഇരിപ്പുണ്ട്! വിൻയ

അതിൽ എന്തൊ വായിക്കുന്നു.

ലേസി: (ശക്തമായി ശ്വാസം എടുത്തുകൊണ്ട്) 'അമ്മാ... പെട്ടെന്നിറങ്ങ്... ഡാനി വിളിച്ചു'

ലേസി ഫോൺ വിൻയക്ക് കൊടുത്തിട്ട് തന്റെ ശ്വാസം സാധാരണ രീതിയിൽ എത്തിക്കാൻ ശ്രമിച്ചു.

ഡാനി: 'അമ്മാ! ആ മുറിയിൽ നിന്ന് പെട്ടെന്നിറങ്ങിക്കൊ, പൂട്ട്, ഞാൻ വന്നിട്ട് പറയാം വിശദമായി'

വിൻയ: 'എന്താ മോനെ? നീ വിശ്വാസിയായയൊ?'

ഡാനി: 'അതല്ല! ആ മുറിയിൽ ഒരു കണ്ണാടി പെട്ടിയിൽ പാമ്പിനെ ഇട്ടുവച്ചിരുന്നു, കഴിഞ്ഞ തവണ അത്, എന്റെ കൈതട്ടി താഴെ വീണായിരുന്നു. സൂക്ഷിച്ചു ഓടി രക്ഷപ്പെട്ടൊ!' (കോൾ കട്ട് ചെയ്യുന്നു)

വിൻയ: 'അവൻ ഫോൺ വച്ചു. അവനെന്തിനാ എന്നെ ഈ മുറിയിൽ നിന്ന് മാറ്റാൻ നോക്കുന്നത്? എന്തേലുമാവട്ടെ, ലേസി നീ താഴേക്ക് ചെല്ല്'

ലേസി: 'കംപ്യൂട്ടറിൽ എന്തുവാ നോക്കുന്നത്, സഹായം വേണൊ?'

വിൻയ: 'ഓ അതൊന്നുമില്ല! ഞാൻ ചുമ്മാ ഗബ്രിയലിന്റെ ഇന്റെർനെറ്റ് ചരിത്രം നോക്കിയതാ, പുള്ളിക്ക് എങ്ങനെ ഭ്രാന്തായതെന്ന് കണ്ടെത്താൻ'

ലേസി: 'അത് എളുപ്പം കണ്ടെത്താൻ പറ്റും, ഞാൻ കാണിച്ചു തരാം'

വിൻയ: 'ഹാ! അത് വേണ്ടെന്നു പറഞ്ഞില്ലെ! മറ്റൊരാൾ എന്റെ ഭർത്താവിന്റെ രഹസ്യങ്ങൾ അറിയുന്നത് എനിക്കിഷ്ടമല്ല. ആണുങ്ങളുടെ വ്യത്യസ്തമായ മനസ്സ് നിനക്കറിയത്തില്ല. മോള് തൽക്കാലം താഴേക്ക് പൊ'

ലേസി: 'ശരി, എന്തേലും ആവശ്യമുണ്ടേൽ വിളിച്ചാൽ മതി'

(ലേസി താഴേക്ക് പോയി, ഡാനീടെ ഫോൺ വരുന്നു, എടുത്തു, ബൂം!)

ലേസി: 'ആഹ്! എന്റെ ചെവി, നിനക്കെന്തു ഭ്രാന്താ?'

ഡാനി: 'സോറി, ഞാൻ ഇനി ചെയ്യില്ല. അവിടെ എന്തായി? അമ്മ റൂമീന്ന് പോയൊ?'

ലേസി: 'പോയി, പുള്ളിക്കാരി നന്നായി പേടിച്ചിട്ടുണ്ട് നിന്റെ പാമ്പ് കഥ കേട്ടിട്ട്. പുതിയ ജോലി എങ്ങനെയുണ്ട്?'

ഡാനി: 'നല്ല ഉറക്കം കിട്ടി, ആഹഹ. കിടിലൻ ജോലി. കൂടുതൽ ശമ്പളം കുറഞ്ഞ ജോലി. സ്വപ്ന സാക്ഷാത്കാരം'

ലേസി: 'എനിക്കെന്തൊ പോലെ തോന്നുന്നു. ആ കമ്പനി വല്ല ലാബ് പരീക്ഷണവും നടത്തുവാണൊ? മനുഷ്യരെ പൈസ കൊടുത്തു വിളിച്ചുവരുത്തി ഓരൊ അപകടം നിറഞ്ഞ മത്സരത്തിൽ തള്ളിയിടുന്ന പരിപാടികൾ?'

ഡാനി: 'ഇതൊക്കെ എങ്ങനെ ചിന്തിച്ചു കൂട്ടുന്നു? നീ അവിടെ വെറുതെ ഇരിക്കാതെ വല്ല നോവലൊ കവിതയൊ എഴുതാൻ നോക്ക്'

ലേസി: 'ഞാൻ കഴിഞ്ഞ ആഴ്ച കണ്ട ഒരു സിനിമേൽ കണ്ടതാ, അല്ലാതെ എനിക്കങ്ങനെ കഴിവൊന്നുമില്ല. പെട്ടെന്ന് ജോലി തീർത്ത് വീട്ടിൽ വാ, കൂടുതൽ നേരം അവിടെ കിടന്നുറങ്ങണ്ട'

ഡാനി: 'നീ പേടിക്കാൻമാത്രം ഒന്നുമില്ല. സംഭവം എന്താണെന്ന് വെച്ചാൽ, ഇവിടെ ഇത്തിരി ജോലിയെയുള്ള്, എന്റെ ഈ മാസത്തെ ജോലി മുഴുവൻ ഇന്ന് തീർക്കാൻ എനിക്ക് സാധിക്കും. പക്ഷേ അങ്ങനെ ചെയ്യാൻ ഞാനൊരു മണ്ടനല്ല!'

ലേസി: 'അതെന്താ, അങ്ങനെ ചെയ്താൽ ഈ മാസം പിന്നെ ജോലിക്ക് പോണ്ടല്ലൊ. ശരിയല്ലെ?'

ഡാനി: 'തെറ്റ്! ഞാൻ എന്റെ ഒരു മാസത്തെ ജോലി മുഴുവൻ ഇന്ന് ചെയ്താൽ, പിന്നെ ജീവിതകാലം മുഴുവൻ ആ വേഗതയിൽ ഇവർ എന്നെക്കൊണ്ട് ജോലി ചെയ്യിക്കും. ഒരുമാതിരി മരിച്ച അവസ്ഥയിൽ ആയിപ്പോകും'

ലേസി: 'ശരി, നല്ല ഭംഗിയായി ഉറങ്ങിക്കൊ. ബൈ'

ഡാനി കോൾ വയ്ക്കുന്നു, ഉറക്കം തുടരുന്നു. കുറച്ചു സമയം കഴിഞ്ഞ് മാനേജർ ഡാനിയെ കാണാൻ എത്തുന്നു, ഡാനിയെ വിളിച്ച് എഴുന്നേൽപ്പിച്ചു.

ഡാനി: 'സോറി സാർ, എനിക്ക് വല്ലാത്ത തലവേദന'

മാനേജർ: 'അതൊന്നും സാരമില്ല ഡാനി, ഞാൻ നിന്നെ കണ്ട് കുറച്ചു കാര്യങ്ങൾ പറയാൻ വന്നതാ. ഓഫീസൊക്കെ എങ്ങനെയുണ്ട്?'

ഡാനി: 'അടിപൊളി, വൈബ് സ്ഥലം. എനിക്ക് ഒരു മാസത്തെ ശമ്പളം നേരത്തെ തരാമൊ?'

മാനേജർ: 'അതിനിങ്ങനെ അപേക്ഷിക്കണ്ട കാര്യമില്ല. ഈ വർഷത്തെ ശമ്പളം തനിക്ക് ഞങ്ങൾ നേരത്തെ തരാൻ പോകുവാ. സന്തോഷമായൊ?'

ഡാനി: 'അം... ക്ഷമിക്കണം, എന്താ ഇവിടെ സംഭവിക്കുന്നത്? എനിക്കും നിങ്ങൾക്കും അറിയാം, വെറും പതിനായിരം രൂപ മാസം നൽകിയാൽ, ഞാനീ ചെയ്യുന്ന ജോലികൾ തീർക്കാൻ ഒരാളെ നിങ്ങൾക്ക് കിട്ടുമെന്. പിന്നെ എന്തിനാണ് ഞാൻ? ഇവിടെ എന്തെങ്കിലും രഹസ്യ പരിപാടികൾ ഉണ്ടൊ?'

മാനേജർ: 'അതെന്തു രഹസ്യം? കൊള്ളാലൊ ഡാനി നീ. വേറെ എന്തേലും സംശയമുണ്ടൊ?'

ഡാനി: 'അല്ല, ഞാൻ കരുതുന്നത്, നിങ്ങളെന്നെ ഈ കമ്പനിയിൽ അധികപൈസ തന്ന് നിർത്താൻ ശ്രമിക്കുന്നത്, ഞാൻ ബാക്കി കമ്പനികളിൽ പോയി അവരെ വളർത്താതിരിക്കാൻ എന്നാണ്. എന്തായാലും വളരെ സന്തോഷമുണ്ട്, പൈസ മതി എനിക്ക്'

മാനേജർ: 'നിങ്ങളെ ഇവിടെ എടുത്തത് ശരിക്കും ഈ പണി ചെയ്യാനല്ല, ഞങ്ങൾക്ക് ഒരു വലിയ കരാർ ലഭിച്ചു, അത് നിങ്ങൾ തന്നെ നിയന്ത്രിക്കണം. ഇത്തിരി കുട്ടി പണി

ആയിരിക്കും'

(ഫോണിൽ സന്ദേശം വന്ന ശബ്ദം)

ഡാനി: 'അയ്യോ! എൺപത് ലക്ഷം രൂപയോ! വളരെ നന്ദിയുണ്ട് സാർ, ഞാൻ കരുതി ബ്ലാക്ക് ആയിരിക്കുമെന്ന്. ഇത് സ്വപ്നം അല്ലല്ലോ, എന്നെ ഒന്ന് പിച്ചിക്കെ... സ്വപ്നമല്ല!'

മാനേജർ: 'പണി അടുത്ത മാസം മുതൽ തുടങ്ങും, അത് വരെ വിശ്രമിച്ചോ. ആ പിന്നെ, ഈ കരാറിനെ പറ്റി ആരോടും പറയരുത്, അത് തനിക്ക് അപകടം ഉണ്ടാക്കും'

ഡാനി: (ഞെട്ടി) 'സാർ, ഈ പ്രോജക്ട് ശരിക്കും എന്തുവാ? ഒന്ന് അറിഞ്ഞിരിക്കാനാ. ഞാനിവിടെ എല്ലാ ദിവസവും എത്തണൊ?'

മാനേജർ: 'നല്ല ചോദ്യം. വേണ്ട താൻ വീട്ടിലിരുന്ന് ജോലി ചെയ്യ്താൽ മതി'

ഡാനി: 'പ്രോജക്ട്, സാർ ഒന്നും പറഞ്ഞില്ല'

മാനേജർ: 'അത് ചുമ്മാ, വലിയ കാര്യമൊന്നുമില്ല, ഡാനിയെ പോലെ ഒരാൾക്ക് വെറും ആനവായിൽ അമ്പഴങ്ങ... സംഭവം എന്താണെന്ന് വെച്ചാൽ, ശബ്ദ സന്ദേശങ്ങൾ കൊണ്ട് പ്രോഗ്രാം കോഡുകളും പ്രശ്നപരിഹാരവും നടത്താൻ സാധിക്കുന്ന ഒരു സോഫ്റ്റ്‌വയർ ഉണ്ടാക്കണം'

ഡാനി: 'വേറെ ആരൊക്കെ കാണും എന്റെ കൂടെ?'

മാനേജർ: 'ഇത് ഡാനി ഒറ്റയ്ക്ക് ചെയ്യണം, ഈ കരാറിൽ ജോലി ചെയ്യുന്നവർ പരസ്പരം സംവദിക്കുവാൻ പാടില്ല, അതുകൊണ്ട് ഡാനി ഇതിനെപറ്റി എന്നോട് ചോദിക്കരുത്. ഡാനി ചെയ്യേണ്ട കാര്യങ്ങൾ, കമ്പനി മെയിൽ അയച്ചറിയിക്കും'

ഡാനി: 'ഓ ഇത് കൊള്ളാലൊ പരിപാടി. ഈ പ്രോജക്ട് ഇവിടെ ജോലിചെയ്യുന്ന ആയിരക്കണക്കിന് ജീവനക്കാരുടെ ജോലി തെറുപ്പിക്കുമല്ലോ! പക്ഷേ സാറിനറിയാലൊ ഇത്തരമൊരു സംവിധാനം ഉണ്ടാക്കാൻ ഇവിടെ ജോലി

ചെയ്യുന്ന എല്ലാരുടെയും ശമ്പളത്തിന്റെ പത്തിരട്ടി ചിലവാകുമെന്ന്. പിന്നെ എന്തിനാണ് ഇങ്ങനെയൊരു പരിപാടി?'

മാനേജർ: 'അതെനിക്കറിയാം, പക്ഷെ എന്ത് ചെയ്യാനാ! പൈസക്കാര് പറയുന്നത് അനുസരിച്ചല്ലെ പറ്റു'

ഡാനി: 'പാവം പണക്കാർ! പൈസ കിട്ടി കിട്ടി അതെന്ത് ചെയ്യണം എന്നറിയാതെ കഷ്ടപ്പെടുന്നു. എനിക്കീ കരാറിൽ പങ്കെടുക്കാൻ എന്തൊ ഒരു വിമ്മിഷ്ടം പോലെ. ആദർശങ്ങൾ! ഇത് നല്ല കട്ടി പണിയാണ്. ഞാൻ ഇത്തിരി വലിയ പ്രശ്നങ്ങൾക്കിടയിൽ പെട്ട് കിടക്കുവാ'

മാനേജർ: 'ഡാനി, നീ ശരിക്കും ഈ പ്രോജക്ടിൽ നിന്ന് പിന്മാറാൻ ആഗ്രഹിക്കുന്നുണ്ടൊ? ഇത്രേം പൈസ മതിയായയില്ലെ?'

ഡാനി: 'എനിക്ക് പൈസ മതി, എവിടെയാ ഞാൻ ഒപ്പിടേണ്ടത്? പെട്ടെന്നെടുക്ക്, കൈ തരിക്കുന്നു'

മാനേജർ ഒരു ഫയൽ ഡാനിക്ക് കൈമാറി. ശടേന്ന് അതൊക്കെ ഒപ്പിട്ടു തിരികെനൽകി, കിഡ്നി എടുക്കാനുള്ള പേപ്പർ വച്ചിരുന്നേൽ അതും ഒപ്പിട്ടു നൽകിയേനെ, അത്രയ്ക്ക് ആവേശമായിരുന്നു!

ഡാനി വീണ്ടും ഉറക്കമായി. കുറച്ചു കഴിഞ്ഞു ലേസിയുടെ കോൾ വന്നു;

ഡാനി: 'എന്ത് പറ്റി കൊച്ചേ? എന്റെ ഉറക്കംകളയാൻ ഇത്ര ആവേശം എന്ത്?'

ലേസി: (വേഗത്തിൽ ശ്വാസം എടുക്കുന്നു) 'എത്രയും പെട്ടെന്ന് വീട്ടിലേക്ക് വാ! പെട്ടെന്ന്"

ഡാനി: 'ഹലോ, ഹലോ'

ഡാനി ഓഫീസിൽ നിന്നോടി, കാറിൽ കയറി വേഗത്തിൽ വിട്ടു. ഗതാഗത നിയമങ്ങൾ കാറ്റിൽ പറത്തി, മറ്റു വാഹനക്കാരുടെ തെറിവിളിയും സഹിച്ച്, ചിലർ എറിഞ്ഞ

കല്ലുകൾ ഒരു പാരിതോഷികമായി കണക്കാക്കി ഡാനി മുന്നേറി. പത്ത് മിനിറ്റിൽ വീടെത്തി. ലേസി പുറത്ത് നിൽക്കുന്നു, വീടിനുള്ളിൽ നടക്കുന്ന ശബ്ദങ്ങൾ ശ്രദ്ധിച്ചു നിൽക്കുന്നു.

ഡാനി: 'എന്ത് പറ്റി? നിനക്ക് എന്തെങ്കിലും? നിന്റെ കഴുത്തെന്താ ചുവന്നു തുടുത്തിരിക്കുന്നത്?'

ലേസി: 'അമ്മ എന്റെ ... കഴുത്തിൽ പിടിച്ചു ഞെരിച്ചു... കൊല്ലാൻ ശ്രമിച്ചു'

ഡാനി: 'എന്ത്! അമ്മ അകത്തുണ്ടോ? വാ നമ്മുക്ക് ആശുപത്രിയിൽ പോകാം'

ഡാനി ലേസിയെ എടുത്ത് കാറിൽകയറ്റി അടുത്തുള്ള ആശുപത്രിയിൽ പോയി. ലേസി ഡാനിയോട് അമ്മേടെ കാര്യം നോക്കാൻ പറഞ്ഞുകൊണ്ടിരുന്നു, എന്നാൽ അവൻ ചെവികൊണ്ടില്ല. ലേസിയെ ഐസിയുവിൽ പ്രവേശിപ്പിച്ചു; ഡാനി വീട്ടിലേക്ക് മടങ്ങി. വീട്ടിൽ തിരികെയെത്തി, നാട്ടുകാരുടെ സഹായം ചോദിച്ചെങ്കിലും അവർ പറ്റില്ല എന്ന് പറഞ്ഞു. ഗബ്രിയൽ ഭവനത്തിന് പ്രേതാലയം എന്ന തലക്കെട്ട് നേരത്തെ നാട്ടുകാർ സമ്മാനിച്ചിരുന്നു. ഡാനി ഒറ്റയ്ക്ക് അകത്തേക്ക് ചെന്നു, ഭാഗ്യത്തിന് ബേസ്മെന്റെ വാതിൽ പൂട്ടി കിടക്കുവാണ്. ഡാനി ഗബ്രിയന്റെ ഓഫീസ് റൂമിൽ ഓടിക്കയറി, പഴുതാര കൂട്ടത്തെ ഭക്ഷിച്ചുകൊണ്ടിരുന്ന വിൻയയെ കണ്ട് അവന്റെ സമനില തെറ്റി! വിൻയായുടെ കണ്ണുകൾ തന്റെ മുമ്പിൽ നിൽക്കുന്ന ഏതോ അദൃശ്യ ശക്തിയെ നോക്കിനിന്നു.

വിൻയ ഡാനിയുടെ സാന്നിധ്യം മനസ്സിലാക്കുന്നു, ഡാനി നേരെ തിരിഞ്ഞു, വിൻയ ഓടിവന്നു. ഭയമില്ലാതെ ഡാനി അമ്മയെ മുറുകെ കെട്ടിപ്പിടിച്ചു നിന്നു. അമ്മ ക്ഷുഭിതയാണ്, അലറിക്കൊണ്ടിരുന്നു, എന്നാൽ അവനെ ഉപദ്രവിക്കാനുള്ള ശ്രമമല്ലെന്ന് ഡാനി മനസ്സിലാക്കി, മറിച്ച് മറ്റാരെയൊ ആണ്.

ഡാനീടെ ശക്തമായ ബന്ധനത്തിൽ നിന്ന് അമ്മ പുറത്തുകടന്നു, ഒരു ഭ്രാന്തിയെ പോലെ ഓടിനടന്നു, കമ്പി പിടിപ്പിക്കാത്ത ജനാലയിലേക്ക് ഇടിച്ചുകയറി, പുറത്തെ ഉരുക്ക് പോലത്തെ തറയിൽ ഇടിച്ചുകയറി. നിറഞ്ഞ കണ്ണുകളോടെ ഡാനി അവിടെ നിന്ന് താഴേയ്ക്ക് നോക്കി നിന്നു. അവന് നടക്കാൻ കഴിയുന്നില്ല, ഇഴഞ്ഞും ഉരുണ്ടും താഴെയെത്തി, ബോധം നഷ്ടപ്പെട്ടു കിടക്കുന്നു. നല്ലവരായ നാട്ടുകാരും പോലീസും വീട് നിറഞ്ഞുനിന്നു. അങ്കിൾ സാം ഡാനിയേയും കൊണ്ട് ആശുപത്രിയിൽ പോയി, ലേസിയെ കാണിച്ചു.

ലേസി: 'അമ്മയ്ക്ക് എങ്ങനെയുണ്ട്?'

ഡാനി: (കരഞ്ഞുകൊണ്ട്) 'അമ്മ പോയി മോളെ...ചാടി... രക്തം'

സാം: 'മോളെ ശരിക്കും അവിടെ എന്താ സംഭവിച്ചത്?'

ലേസി: (തേങ്ങികൊണ്ട്) 'ഡാനി, സംസാരിക്ക്, വിഷമിക്കേണ്ട'

സാം: 'എല്ലാം വിധിയുടെ ഓരോ കളികളാ, വിഷമിക്കേണ്ട'
(മുറി മുഴുവൻ കരച്ചിൽ കൊണ്ട് നിറഞ്ഞു)

സാം പുറത്തുപോയി. ഡാനിയും ലേസിയും അടുത്ത ദിവസവും ആ മുറിയിൽ തന്നെ ഇരിപ്പാണ്. ഇരുവരുടേയും ബന്ധുക്കളെത്തി ആശ്വസിപ്പിക്കാൻ ശ്രമിച്ചു. പ്രതീക്ഷിക്കാത്ത ഒരു അതിഥിയെത്തി; ഒരു പോലീസ് ഓഫീസർ, അയാൾ ഡാനി ലേസി ഒഴികെ എല്ലാവരെയും മുറിക്ക് പുറത്താക്കി.

ഓഫീസർ: 'ഡാനി, ഇന്നലെ എന്താണ് സംഭവിച്ചത്? വിൻയ ചാടിയ ജനലിലൂടെ നിങ്ങൾ ഒരു ഹീറോയെ പോലെ നോക്കിനിൽക്കുന്ന ദൃശ്യങ്ങൾ ഞങ്ങൾക്ക് ലഭിച്ചു'

ലേസി: 'സാർ എ)ന്തുവാ വരുത്തിതീർക്കാൻ ശ്രമിക്കുന്നത്? എരിതീയിൽ എണ്ണ ഒഴിക്കാതെ ഇറങ്ങി പോണം സർ!'

ഓഫീസർ: (ചിരിക്കുന്നു) 'നിങ്ങൾ നല്ല കുരുട്ടു ബുദ്ധിക്കാരാണല്ലോ. മര്യാദയ്ക്ക് കുറ്റം സമ്മതിച്ചൊ ഇല്ലേൽ വലിച്ചിഴച്ചു കൊണ്ടുപോകും'

ഡാനി: (കരഞ്ഞുകൊണ്ട്) 'സാർ, ദയവായി... ഞങ്ങൾ... പോ... വയ്യ'

സാം ഇടിച്ചുകയറി റൂമിൽ വന്നു. ഓഫീസറുടെ കടുത്ത വാക്കുകൾ ഗൗനിക്കാതെ ഡാനിയെ ആശ്വസിപ്പിച്ചു.

ഓഫീസർ: 'ഡോ! ഒന്നിറങ്ങി പോടൊ, ഇല്ലേൽ തന്നെ പിടിച്ചോണ്ട് പോകും'

സാം: 'നിങ്ങളുടെ ജോലി കുറ്റവാളികളെ നിയമത്തിനു മുന്നിൽ കൊണ്ടുവരിക എന്നതാണ്, അല്ലാതെ മാനസികനില തെറ്റിയ രണ്ടുപേരൊട് ജാഡയിറക്കലല്ല!'

ഓഫീസർ: 'ഇവനെ കൊണ്ട് വലിയ ശല്ല്യമായയല്ലൊ! എടൊ പൊട്ടാ താൻ തന്നെ ഒന്ന് ആലോചിച്ചു നോക്ക്, ഗബ്രിയൽ വിൻയ, ഇവർ രണ്ട് പേരുടേം മരണം, മക്കളായ ഇവർ സ്വത്ത് കൈക്കലൊക്കാൻ ചെയ്ത ഒരബദ്ധം മാത്രമാണ്. വിൻയ മരിച്ച ദിവസം, മരിക്കുന്നതിന് മുൻപ്, ഡാനിയും ലേസിയുമല്ലാതെ മറ്റൊരാൾ ആ വീട്ടിൽ ചെന്നിട്ടില്ല, ക്യാമറ തെളിവുണ്ട്'

സാം: 'ഗബ്രിയൽ, വിൻയ ഇവർ രണ്ട് പേരുടേം മാനസികനില വളരെ മോശമായിരുന്നു, ബോധം നഷ്ടപ്പെട്ടു പേടിച്ചോടിയപ്പോൾ സംഭവിച്ചതാവും'

ഓഫീസർ: 'എന്തൊക്കെയാടൊ ഈ വിളിച്ച് കൂവുന്നെ! കൂടുതൽ കിടന്നങ്ങ് ഒണ്ടാക്കല്ലേടാ പന്ന! അവരെ മൂർച്ചയുള്ള എന്തൊ വസ്തുകൊണ്ട് വെട്ടിയ പാടുകളുണ്ട്, ഇനി അതും അവര് സ്വയമങ്ങ് ഒണ്ടാക്കീന്ന് പറയുന്നൊ!'

സാം: 'അപ്പോൾ കേട്ടതെല്ലാം സത്യം! ഗബ്രിയൽ ഭവനം പ്രേതം കയ്യടക്കി'

ഓഫീസർ: (ചിരിച്ചുകൊണ്ട്) 'ഇതൊക്കെ വല്ല രണ്ടാം ക്ലാസ് പിള്ളേരോട് പോയി പറയടൊ മണ്ടാ!'

(നിശബ്ദത)

ഓഫീസർ: 'ഡാനി, ഇങ്ങനെയുള്ള കേസുകൾ കൂടി കൂടി വരികയാണ്, നിങ്ങൾ ഒറ്റപ്പെടും എന്നോർത്ത് വിഷമിക്കേണ്ട കാര്യമില്ല. ഇനി ഒന്നും ചെയ്യാൻ സാധിക്കില്ല, കേസ് ഫയൽ ചെയ്തുകഴിഞ്ഞു. കുറ്റം സമ്മതിച്ച് നല്ല കുട്ടികളായി വന്ന് ജയിൽ ജീവിതം അടിച്ചുപൊളിക്ക്!

സാം: 'സർ, ദയവായി ഒന്നൂടെ അന്വേഷിച്ചുനോക്ക്, സത്യം പുറത്തു വരുത്തണം'

ഓഫീസർ: 'ഡാനി, നാളെ രാവിലെ സ്റ്റേഷനിൽ ഹാജരായിരിക്കണം. ഒരു മാസം ജയിൽശിക്ഷ അനുഭവിച്ചെ മതിയാകൂ, അത് കഴിഞ്ഞു മജിസ്ട്രേറ്റ് തീരുമാനിക്കും. നല്ല കഴിവുള്ള ഒരു വക്കീലിനെ, കൈമുട്ടിൽ നാക്ക് മുട്ടിക്കാൻ കഴിവുള്ള ഒരു വക്കീലിനെ കണ്ടെത്തി വിജയിക്ക്. ഞാൻ ഇപ്പൊ പോകുന്നു, ഇനി നിന്നാൽ ദേ ഇവനെ ഇവിടെ തന്നെ അഡ്മിറ്റ് ആക്കേണ്ടി വരും'

ലേസി: 'താനൊക്കെ എന്ത് ക്രൂരനാടൊ? ഞങ്ങളിവിടെ കണ്ണീരിൽ എരിഞ്ഞ് തീരുന്നത് കണ്ടില്ലെ! എന്താ പിന്നെ സൂക്കേട്?'

ഓഫീസർ: 'എന്റെ പൊന്നു മോളെ, ഞാനൊരു ജോലി ചെയ്യുന്ന വ്യക്തി മാത്രം. ഗബ്രിയൽ ഒരു വലിയ സർക്കാർ ഓഫീസർ അയതോണ്ട്, ഈ കേസിൽ ഉടൻ കുറ്റപത്രം സമർപ്പിക്കാൻ നിർദ്ദേശമുണ്ട്. എന്നെ വെറുത്തിട്ട് കാര്യമില്ല, തെളിവുകൾ നിങ്ങൾക്ക് എതിരാണ്. നിങ്ങൾക്കിനി രക്ഷ വേണേൽ പ്രേതം സത്യമാണ് എന്ന് ആരെങ്കിലും തെളിയിക്കണം. കാത്തിരിക്കാം ആ നശിച്ച ദിവസത്തിനായി'

ഡാനി: 'എന്തോന്ന് തെളിവ്! ദേ വെറുതെ ഇല്ലാത്ത കാര്യം പറഞ്ഞാലുണ്ടല്ലൊ'

ഓഫീസർ: 'ഗബ്രിയൽ കോണിപ്പടികളിൽ നിന്ന് വീണത് വിനയ പിടിച്ച് തള്ളീട്ടാണ്. കാരണം അറിയില്ല, അവിഹിതം

ആയിരിക്കും (ചിരി) ഡാനി ഈ കാര്യം മനസ്സിലാക്കി അമ്മയോട് പകരം വീട്ടി, സ്വത്ത് കിട്ടാൻ കൂടി. ആ പിന്നെ, നിനക്ക് ഇന്നലെ കിട്ടിയ ആ തുക എവുടുന്നാ?'

ഡാനി: 'ഇനി അതിൽ കേറി ഒണ്ടാക്കണ്ട, അത് ഞാൻ കഷ്ടപ്പെട്ടു കംപ്യൂട്ടറിന് മുൻപിൽ കണ്ണലിയിച്ച് നേടിയ പണമാ. ഒരു വർഷത്തെ വേതനമാണത്. സംശയം ഉണ്ടെങ്കിൽ ആ കമ്പനിയിൽ പോയി ചേദിക്ക്! നോക്കു സാർ, ഞാൻ ഈ പ്രേതകഥകളിൽ വിശ്വാസമില്ലാത്ത ആളാണ്. ഈ കേസ് ഒന്നൂടെ അന്വേഷിച്ചു നോക്കു'

ഓഫീസർ: 'അതിന് സമയം എടുക്കും, അത്രേം നാൾ രണ്ട് അപകടകാരികളായ കുറ്റവാളികളെ കയറൂരി വിടാൻ സാധിക്കില്ല! നാളെ രാവിലെ'

ഓഫീസർ റൂമീന്ന് ഇറങ്ങിപ്പോയി. ഡാനി, ലേസി വലിയ കുലുക്കമില്ല. ആ ദിനത്തിലെ ബാക്കി മണിക്കൂറുകൾ നിശബ്ദത കാർന്നുതിന്നു.

അടുത്ത ദിവസം രാവിലെ തന്നെ ഓഫീസർ വിലങ്ങുമായി എത്തി, അവരെ റൂമിൽ നിന്നിറക്കി, അനുസരണയുള്ള രണ്ട് കുട്ടികളെ പോലെ അവർ അയാൾക്ക് പിന്നിൽ നടന്നു. മാധ്യമങ്ങൾ നോക്കി നിൽക്കെ, ഓഫീസർ ആ ദമ്പതികളെ അനാവശ്യബലം ഉപയോഗിച്ച് ജീപ്പിൽ കയറ്റുന്നു. ജയിലിൽ എത്തിച്ചു. ഡാനിയും ലേസിയും ജയിൽവസ്ത്രം ധരിച്ചു കുട്ടപ്പനായി. ഇരുവരേയും ഒരു വൃത്തിഹീനമായ തടവിൽ തള്ളിയിട്ടു, പൂട്ടി. ഒന്നും മിണ്ടാതെ അവർ ആ മാലിന്യമലകൾ വളർന്നു പന്തലിച്ച മതിലുകൾ വൃത്തിയാക്കാൻ ആരംഭിച്ചു. ആരൊ കരുതിക്കൂട്ടി വൃത്തികേടാക്കിയ പോലെയുണ്ട്.

# 6

# ഒരു പൊരുത്തപ്പെടൽ

ദമ്പതികളുടെ പുതിയ താമസസ്ഥലവുമായി പൊരുത്തപ്പെടാൻ അവർ കഷ്ടപ്പെട്ടു. അച്ഛൻ മരണപ്പെട്ട വാർത്തകേട്ടു നാട്ടിലെത്തിയ അവർക്ക് എന്താ സംഭവിച്ചതെന്ന് ആലോചിച്ചിരുന്നു

ഡാനി: 'എല്ലാം എന്റെ അച്ഛൻ ഒറ്റയൊരാൾ കാരണമാണ്, അയാളേതോ പ്രേതവുമായി കൂട്ടായി ഒപ്പിച്ചുവച്ചതാ ഇതൊക്കെ!'

ലേസി: 'എന്നുമുതലാ നീ ഈ ശക്തികളിൽ വിശ്വാസം തുടങ്ങിയത്. അന്ധവിശ്വാസ വൈബ് എവിടെ?'

ഡാനി: 'എനിക്ക് ഒരു തേങ്ങയുമില്ല! എന്റെ അച്ഛരനാ വീണ് പോയത്, സഹതാപം തോന്നുന്നു'

ലേസി: 'നമ്മുടെ വീടിനെത്ര വർഷത്തെ പഴക്കം കാണും? തലമുറ കൈമാറി വന്നതാണൊ?'

ഡാനി: 'നീ വെറുതെ ആ വഴി നോക്കണ്ട, ഒക്കെ ചുമ്മാ തോന്നുന്നതാ'

(ംപ്പ് ംപ്പ്)

തടവുകാരൻ: 'ഡേയ് ഇത് നിങ്ങൾക്ക് ഹണിമൂൺ ആഘോഷിക്കാനുള്ള സ്ഥലമല്ല! അടുക്കളയിൽ ചെന്നു പണി ചെയ്യ്'

ഡാനി: 'ഞങ്ങൾ ഒരു കുറ്റവും ചെയ്തിട്ടില്ല, വെറുതെ ഞങ്ങളുടെ മെക്കിട്ട് കേറാതെ പോടൊ'

തടവുകാരൻ: 'ആഹാ! എടാ പന്നെ, ഞാൻ അകത്തേക്ക് വരണൊ, മര്യാദയ്ക്ക് ഇറങ്ങിവാ ഇല്ലേൽ നിന്നെ എച്ചിൽ കുഴിയിൽ മുക്കികൊല്ലും ഇവിടെയുള്ളോർ. മോള് പേടിക്കേണ്ട, മോൾക്കെന്നും ഈ അണ്ണൻ കൂട്ട് കാണും'

ഡാനിയും തടവുകാരനും വാക്ക് യുദ്ധത്തിൽ ഏർപ്പെടുന്നു, അടികൂടുന്നു. ഡാനി ലേസി തടവറ എന്താണ് അധികാരികൾ പൂട്ടാതിരുന്നതെന്ന് ഇപ്പോൾ മനസ്സിലായി. ഓഫീസറുമാർ വന്ന് രണ്ടു പേരെയും കൊണ്ടുപോയി. ഡാനിക്ക് മുതുകിൽ അൻപത് അടിയും കൊടുത്ത് ഒറ്റയ്ക്കൊരു ഇരുട്ട് മുറിയിൽ അടച്ചിട്ടു. രണ്ട് ദിവസം കഴിഞ്ഞു ഡാനിയെ പഴയ തടവറയിൽ കൊണ്ടിട്ടു, ഒരുമാതിരി പഴക്കുല വലിച്ചെറിയും പോലെ. ലേസീടെ കൂടെ മറ്റൊരു തടവുകാരനെ കണ്ട് ഡാനി ഞെട്ടി!

ലേസി: 'നിന്നെ എങ്ങോട്ടാ കൊണ്ടുപോയത്? അവർ ഉപദ്രവിച്ചൊ?'

ഡാനി: 'ഏയ്, എന്നെ ചുമ്മാ ജയിലൊക്കെ ഒന്ന് കാണിച്ചുതരാൻ കൊണ്ടുപോയതാ. ഇവനാരാ?'

തടവുകാരൻ: 'എന്റെ പേര് എറിക്ക്, പത്തൊമ്പത് വർഷമായി ഇവിടെയുണ്ട്. ഡാനിയെ കണ്ടതിൽ സന്തോഷം'

ഡാനി: 'എടാ വൃത്തികെട്ടവനെ ഇറങ്ങിപോടാ ഇവിടുന്നു. ഞാൻ ഇവളുടെ ഭർത്താവാടാ! നിന്നെ ഇവൻ ആക്രമിച്ചൊ?'

ലേസി: 'നീ ചുമ്മാ ബഹളം ഉണ്ടാക്കാതിരി, ഇത് നമ്മുടെ വീടല്ല ഒരാളെ ഇറക്കിവിടാൻ. എറിക്കിന് ഈ പ്രേത വിഷയത്തിൽ നല്ല അറിവുള്ള ആളാ. നമ്മളെ സഹായിക്കും'

ഡാനി: 'നീ ഇങ്ങനെ അധഃപതിക്കാതിരി! കുറച്ചു ബുദ്ധി ഉപയോഗിച്ചു ചിന്തിക്കൂ! ഇവൻ നിന്നെ ഉപയോഗിക്കാൻ ശ്രമിക്കുകയാണ്. ഇവൻ എന്തെങ്കിലും കർമ്മങ്ങൾ ഇവിടെ

ചെയ്യ്തായിരുന്നൊ? നിന്നോട് കണ്ണുകൾ അടയ്ക്കാൻ പറഞ്ഞൊ?'

ലേസി: 'ഞാനൊരു മണ്ടിയാണെന്ന രീതിയിലുള്ള നിന്റെ സംസാരം നിർത്തിക്കൊ!'

ഡാനി: 'സോറി, ഞാൻ ഇപ്പോൾ എന്താ ചെയ്യേണ്ടത്?'

ലേസി: 'എറിക് പറയുന്നത് നമ്മുടെ വീടിനെന്തൊ പ്രശ്നമുണ്ടെന്നാണ്. നമ്മൾ അത് വിറ്റ് കളയണമെന്ന്'

ഡാനി: 'നമ്മൾ ചെയ്യ്തല്ലൊ, ഇപ്പോൾ ജയിലിലല്ലെ ഞമ്മടെ വീട്. ഇനി എന്താ?'

എറിക്: 'ഡാ ചെറുക്കാ, ഇത്തിരി ഒതുങ്ങ്. നിങ്ങൾ ഇവിടുന്ന് പുറത്ത് പോകുമ്പോൾ; നിങ്ങൾ ഇതുവരെ ഉപയോഗിച്ചിരുന്ന സാധനങ്ങൾ കളഞ്ഞേക്ക്. എന്നിട്ട് ഒരു കിലോ മാംസം വാങ്ങി വീട്ടിലേക്ക് എറിയുക, ഓടുക'

ഡാനി: 'ഒന്നിറങ്ങി പോടൊ, ഞാൻ കുറെ കൊണ്ടിട്ടാ ഇങ്ങോട്ടുവന്നത്. ഇത്തിരി മനസമാധാനം താടൊ'

എറിക് ജയിൽമുറി തുറന്ന് പുറത്തുപോയി. ലേസി ഡാനീടെ നീരുപിടിച്ച മുതുക് മസ്സാജ് ചെയ്യ്തു കൊണ്ടിരുന്നു. രാത്രിയിലെ ഭക്ഷണം എറിക് എത്തിച്ച് കൊടുത്തു. അവരത് കഴിച്ചു, ഉറങ്ങാൻ കിടന്നു. അടുത്ത ദിവസം രാവിലെ; ഡാനി തന്റെ പ്രഭാത കർമ്മങ്ങൾ ചെയ്യാൻ ജയിൽ പരിസരത്തൂടെ നടന്നു, പക്ഷെ ഒരു തടവുകാരൻ തന്നെ തടഞ്ഞുനിർത്തി.

തടവുകാരൻ: 'അപ്പോൾ നീയാണ് ഡാനി, എന്റെ കൂടെ വാ, ഒരു സഹായം വേണം'

ഡാനി: 'എനിക്ക് സമയമില്ല, എനിക്ക് കക്കൂസിൽ പോകണം! മാറെടാ വഴീന്ന്'

തടവുകാരൻ: 'ഒന്നു വാടൊ, ഇപ്പം വിട്ടേക്കാം, ആരും സഹായിക്കാൻ വരുന്നില്ല!'

ഡാനി അയാളോടൊപ്പം ചെല്ലുന്നു. അയാൾ ഒരു ആളൊഴിഞ്ഞ പാചകപ്പുരയിൽ കയറി. അവിടെ തിളച്ചു കൊണ്ടിരിക്കുന്ന ഒരു അണ്ടാവ്, ഇളക്കി കൊടുക്കാൻ നിർദ്ദേശിച്ചു. ഡാനി ഇളക്കി തുടങ്ങി, വിയർത്തൊലിച്ചു. തടവുകാരൻ മറ്റൊരു അണ്ടാവിളക്കുന്ന തിരക്കിൽ. പെട്ടെന്ന് എവിടെനിന്നോ ഒരു കൂട്ടം തടവുകാർ അവിടെ പ്രവേശിച്ചു, ഇളക്കിന്റെ തിരക്കിൽ നിന്ന ഡാനിയെ അതിലൊരാൾ പിറകിൽ കൂടെച്ചെന്ന്, മുഖത്ത് മുളകുപൊടി കൊണ്ടുപൊതിഞ്ഞു. ഡാനി വേദനകൊണ്ടലറി തന്റെ കയ്യിലിരുന്ന ആ ഭീമൻ തവി ഉപയോഗിച്ച് അവരെ മല്ലിടാൻ ശ്രമിച്ചു. പക്ഷേ, നാല് തടവുകാർ അവനെ ബലമായി പിടിച്ചുനിർത്തി, മറ്റൊരു തടവുകാരൻ ഒരു മുതുക്ക് മത്തങ്ങ പൊക്കിയെടുത്ത് ഡാനീടെ തലയ്ക്കടിച്ചു.

ഡാനി ദേഷ്യത്തോടെ അലറിവിളിച്ചു, പെട്ടെന്ന് കിട്ടിയ ശൗര്യയൂർജ്ജം കൊണ്ട് ഡാനി അവരിൽ നിന്ന് രക്ഷനേടി, പച്ചക്കറികൾക്കും അണ്ടാവുകൾക്കും ഇടയിലൂടെ ഓടിനടന്നു. എത്ര ശ്രമിച്ചിട്ടും തലയിൽ കുടുങ്ങിയ ആ മത്തങ്ങ ഊരാൻ സാധിച്ചില്ല. തടവുകാർ ഡാനിക്കൊപ്പമുണ്ട് എന്നുകരുതി അവൻ എങ്ങോട്ടെന്നില്ലാതെ ആ ഇട്ടാവട്ട സ്ഥലത്തുകിടന്ന് കഷ്ടപ്പെട്ടു. തടവുകാർ ശരിക്കും അവിടെ നിന്ന് ഡാനീടെ കോമാളി ഓട്ടം ആസ്വദിച്ചു. ഡാനി കാൽതെറ്റി, തിളച്ചോണ്ടിരുന്ന വെള്ളത്തിൽ തലകുത്തി വീണു. വേദനയിൽ നീറിയ അവൻ ഓട്ടം തുടർന്നു. മത്തങ്ങ ഊരി, മുളകുപൊടിയും തുടച്ചുകളഞ്ഞ് അവനവിടെ നിന്നു.

തടവുകാർ വിവിധ തരം പച്ചക്കറികളും കയ്യിലെടുത്തു നിൽക്കുന്നു. ഡാനി ദേഷ്യത്തോടെ അലറി, ഒരു തണ്ണിമത്തൻ എടുത്തു അവർക്ക് നേരെ ഓടി, പക്ഷെ വീണ്ടും തോറ്റുപോയി. പച്ചക്കറി നീരിൽ കുളിപ്പിച്ച ഡാനിയെ ഗോതമ്പുമാവിൽ മുക്കി, ചിതറി കിടക്കുന്ന പച്ചക്കറികൾക്ക് മുകളിലൂടെ ഉരുട്ടി,

നാലുപേർ ചേർന്ന് പൊക്കിയെടുത്ത് തിളച്ചുകൊണ്ടിരുന്ന എണ്ണയ്ക്ക് മുകളിൽ പിടിച്ച് ഊഞ്ഞാൽ ആടിപ്പിച്ചുകൊണ്ടിരുന്നു. ഡാനി കരഞ്ഞുകൊണ്ടിരുന്നു, വായിൽ നിന്നും രക്തം ഒഴുകിക്കൊണ്ടിരുന്നു. തടവുകാർ തന്നെ സ്വതന്ത്രനാക്കി, ഡാനി ഇഴഞ്ഞിഴഞ്ഞ് വെള്ളം ലഭിക്കുന്ന സ്ഥലത്തേക്ക് ചെന്നു, ശരീരം കഴുകി തിരിച്ച് ജയിൽ മുറിയിലെത്തി.

ലേസി: 'നിന്റെ മുഖം നന്നായി വെളുത്തല്ലോ, എന്ത് ചെയ്യ്തു?'

ഡാനി: 'ഓഹ്, കുറച്ചു ഗോതമ്പും പച്ചക്കറി നീരും, ശുഭം'

ലേസി: 'ഇപ്പോൾ കാണാൻ ചുള്ളനായിട്ടുണ്ട്'

(വല്ലാത്തൊരു നിശബ്ദത)

എറിക്: 'ഡാനി, ഒന്നെന്റെ കൂടെ വരാമെ'

ഡാനി: 'എന്താടൊ തനിക്കൊക്കെ! നീ കണ്ടില്ലെ ഈ തിളങ്ങുന്ന ചർമ്മം കിട്ടാൻ ഞാൻ അനുഭവിച്ചത്!'

എറിക് ജയിൽമുറിയിൽ പ്രവേശിച്ചു

എറിക്: 'ഇതൊക്കെ ജയിലിൽ പതിവല്ലെ. ക്ഷമിക്കണം, ഞാൻ ഈ ചടങ്ങിനെപ്പറ്റി നേരത്തെ പറയേണ്ടതായിരുന്നു, പക്ഷെ നിനക്കെന്നെ കാണുന്നത് അറപ്പല്ലെ. എന്തായാലും നിങ്ങൾക്ക് ഞാൻ ജാമ്യം ശരിയാക്കീട്ടുണ്ട്'

ലേസി: 'എന്ത്! ശരിക്കും? എങ്ങനെ?'

എറിക്: 'ഇതാ ജാമ്യകത്ത്, നിങ്ങൾ ഇപ്പോൾ സ്വതന്ത്രരാണ്. രണ്ട് പേരും പുറത്തേക്ക് വാ'

ഡാനി ചാടിയെഴുന്നേറ്റു, ആ കത്ത് തട്ടിപ്പറിച്ചു വായിക്കാൻ തുടങ്ങി.

ഡാനി: 'തനിക്ക് എന്തിന്റെ ഭ്രാന്താടൊ? ഇവിടെ ഇരുപത് വർഷമായി താൻ കെട്ടികിടന്നത് പിന്നെ എന്തൊ ഉണ്ടാക്കാനാ!'

എറിക്: 'ഞാൻ ഒരു മന്ത്രവാദി ആയിരുന്നു, ശാസ്ത്രം ഞങ്ങളെ ഇല്ലാതാക്കിയതോടെ ഞാൻ ഇങ്ങോട്ടുവന്നു. നീയും വലിയ ശാസ്ത്ര കുട്ടിയല്ലെ, ഞാൻ പറഞ്ഞത് മനസ്സിലാക്കി കാണുമല്ലോ. എന്തായാലും, ഞങ്ങൾക്കും ജീവിക്കാൻ ഭക്ഷണം വേണമല്ലോ, അതോണ്ട് ഇങ്ങോട്ട് പോന്നു'

ലേസി: 'നിങ്ങൾ ഇവിടെവന്ന് മുറി വാടകയ്ക്ക് എടുക്കുന്ന പോലെയങ്ങ് കേറിയൊ?'

എറിക്: 'അല്ല, ഞാൻ ഇവിടുത്തെ മുതിർന്ന ഉദ്യോഗസ്ഥന്റെ താടിക്കൊരു തൊഴി വച്ചുകൊടുത്തു, എന്നെ ഇതിനകത്ത് പിടിച്ചിട്ടു'

ഡാനി: 'അത് കൊള്ളാലൊ. നന്ദിയുണ്ട്. ചേട്ടനിതെങ്ങനെ ഒപ്പിച്ചു? വല്ല സംഘടനാ തലവനുമാണൊ അങ്ങ്?'

എറിക്: 'അല്ല. എനിക്ക് കുറെ പരിചയങ്ങളുണ്ട്. പിന്നെ നിങ്ങള് ശരിക്കും പ്രതികളൊന്നുമല്ല. അത് കോടതിയാ തീരുമാനിക്കുന്നത്'

ലേസി: 'നമ്മുടെ ബന്ധുക്കൾ എന്താ നമ്മളെ പുറത്തിറക്കാൻ നോക്കാഞ്ഞെ?'

ഡാനി: 'അവരും നമ്മൾ കുറ്റക്കാരാണെന്ന് വിശ്വസിക്കുന്നു. അതോണ്ടാ!'

എറിക്: 'ഡാനി പോകുന്നതിനുമുമ്പ് ഒരു സഹായം ചെയ്യണം. എന്റെ കൂടെ വാ'

എറിക് അവരേം കൂട്ടി ഒരു ഒഴിഞ്ഞ സ്ഥലത്തെത്തി, ജയിലിന്റെ ഒരു മൂലയ്ക്ക്. എറിക് ഒരു സ്ഥാനത്തേക്ക് വിരൽചൂണ്ടി. ഒരു കിലോമീറ്റര് ചുറ്റളവ് വരുന്ന ഒരു കോൺക്രീറ്റ് ചെയ്യ്ത ഭാഗം, അതിന് ചുറ്റും കമ്പിവേലി കെട്ടിവച്ചിരിക്കുന്നു.

എറിക്: 'ആ ഭാഗം കണ്ടൊ ഡാനി, അവിടെ പണ്ട് മനുഷ്യനെ ജീവനോടെയും കൊന്നും കുഴിച്ച് മൂടിയിരുന്ന ഒരു കൂറ്റൻ കുഴിയായിരുന്നു. ആ കോൺക്രീറ്റ് പൊളിച്ച്,

അതിനടിയിലെ മണ്ണിൽ ഞെക്കിയാൽ, രക്തം പുറത്തേയ്ക്കൊഴുകും എന്നാണ് പലരും വിശ്വസിക്കുന്നത്

ഡാനി: 'മ്മ് അത് ഭയാനകം തന്നെ, എന്നാൽ പിന്നെ ഞങ്ങൾ പൊയ്ക്കോട്ടെ?'

എറിക്: 'ഡാനി, നീ പ്രേതകഥകളിൽ വിശ്വാസിക്കാത്ത ഒരാളല്ലെ, നീ ആ കോൺക്രീറ്റ് തറയിൽ കാലെടുത്തു വച്ചാൽ നിന്റെ വിശ്വാസങ്ങൾ തിരുത്തപ്പെടും'

ഡാനി: 'ഹാ! എന്തൊക്കെയാ ഈ പറയുന്നത്? ശരി, ചേട്ടനുവേണ്ടി ഞാനത് ചെയ്യാം. ജാമ്യം നേടിതന്ന ആളല്ലെ. എങ്ങനാ അതിനകത്ത് കയറുന്നത്, ചുറ്റും കമ്പിവേലിയാണല്ലൊ?'

എറിക്: 'അതോർത്ത് വിഷമിക്കേണ്ട. ആ കാണുന്ന വണ്ണംകുറഞ്ഞ ഭാഗം ഒരു വാതിലാണ്, എപ്പോൾ വേണമെങ്കിലും തുറക്കാം എന്നാൽ ആരും തുറക്കാത്ത വാതിൽ. സൂക്ഷിച്ച്...'

ഡാനി ലാഘവത്തോടെ വാതിൽ ഭാഗത്തേക്കുചെന്നു, ഒറ്റ തള്ളിൽ തുറന്നു, ഓടി അകത്തുകയറി, മധ്യഭാഗത്ത് നിന്നു. തറയിൽ ചെവിവെച്ച് നോക്കാൻ എറിക് നിർദ്ദേശം നൽകി. ഡാനി വീണ്ടും ലാഘവത്തോടെ മുട്ടുകുത്തി, തറയിൽ ചെവിവെച്ചു. ഡാനീടെ തമാശഭാവങ്ങൾ മുഖത്ത് നിന്ന് മാഞ്ഞുപോയി. പരീക്ഷയ്ക്ക് അടുത്തിരിക്കുന്നയാൾ പറഞ്ഞുതരുന്നത് കേൾക്കാൻ കാണിക്കുന്നത്ര ഗൗരവകത, അവന്റെ മുഖത്തുണ്ടായിരുന്നു. കുറച്ചു മിനിറ്റുകൾ കഴിഞ്ഞപ്പോൾ; ഡാനീടെ ബോധം നഷ്ടപ്പെട്ടു എന്ന് മനസ്സിലാക്കി, എറിക് ഓടിക്കയറി ഡാനിയെ പുറത്തെത്തിച്ചു. ഡാനിയേയും കൊണ്ട് ലേസി ആശുപത്രിയിലേക്ക് പോയി. ലേസി എത്ര വിളിച്ചിട്ടും അവൻ കണ്ണുതുറന്നില്ല. ഡോക്ടർ പരിശോധിച്ചു

ലേസി: 'എന്ത് പറ്റി ഡോക്ടർ?'

ഡോക്ടർ: 'ആ! ഇയാൾക്ക് ഭ്രാന്താണൊ? ആരാ ഇവൻ? നീയാരാ?'

ലേസി: 'ഇതെന്റെ ഭർത്താവാ! ഒരു ശവപ്പറമ്പിൽ കയറിയപ്പോൾ തല കറങ്ങി വീണു'

ഡോക്ടർ: 'വട്ട് തന്നെ. ഇപ്പോൾ ഒന്നും പറയാൻ പറ്റില്ല. കുറേ പരിശോധനകൾ ആവശ്യമാണ്. ആ പിന്നെ, സർജറികൾക്ക് വേണ്ടിയുള്ള പണം ആദ്യം തന്നെ കെട്ടിവയ്ക്കണം'

ലേസി: 'സർജറിയൊക്കെ എന്തിനാ?'

ഡോക്ടർ: 'സർജറികൾ! ഇയാളുടെ സ്ഥിതി വളരെ മോശമാണ്. ഇതിനെ കൊക്കരെക്കൊ-ന്യൂമിസിസ് എന്ന് പറയും. പ്രധാന അവയവങ്ങളെ നന്നായി ബാധിച്ചിട്ടുണ്ട്, ഞരമ്പുകൾ പൊട്ടി, ചർമ്മം നശിച്ചു, നട്ടെല്ല് വളഞ്ഞു. പണമടച്ച് പ്രാർഥിക്കു'

ലേസി: 'നിങ്ങൾ ഇതുവരെ പരിശോധന നടത്തിയില്ല എന്നല്ലേ നേരത്തെ പറഞ്ഞത്, പിന്നെങ്ങനെ? അവൻ ചെറുതായി ഒന്ന് പേടിച്ചു. അത്രേയുള്ളു'

ഡോക്ടർ തന്റെ കഴുത്തിൽ ഇട്ടിരുന്ന സ്തസ്കോപ്പ് ഊരി ലേസിക്ക് നൽകി

ഡോക്ടർ: 'ഇനി മുതൽ നീ ചികിത്സിക്ക്. ഞങ്ങൾ പത്ത് വർഷം പഠിച്ചത് മാങ്ങ പറിക്കാൻ ആയിപ്പോയി, മാഡം ക്ഷമിക്കണം'

ലേസി: 'സാറിനെ കളിയാക്കാൻ പറഞ്ഞതല്ല. ഞാൻ എന്റെ നിസ്സഹായ അവസ്ഥ കൊണ്ട് പറഞ്ഞതാ. ഞാൻ ഉടനെ പണമടയ്ക്കാം'

(കടുത്ത ചുമയുടെ ശബ്ദം) ഡാനിക്ക് ബോധം വന്നു

ലേസി: 'ഡാനി, ഒന്നും പേടിക്കേണ്ട, ഒരു ദുസ്വപ്നം കണ്ടതോ'

ഡാനി: 'ങ്ങേ, ആശുപത്രി, നിനക്കെന്ത് പറ്റി?'

ഡോക്ടർ: 'ഒന്നു കൊണ്ടും പേടിക്കേണ്ട ഡാനി, ലേസിയെ ഞങ്ങൾ ചികിത്സിച്ചോളാം. നിങ്ങളുടെ പ്രശ്നം ശരിയായി. ലേസി, നീ ലാബിലേയ്ക്ക് ചെല്ല്'

ലേസി: 'സാർ എന്തൊക്കെയാ പറയുന്നത്! എനിക്ക് കുഴപ്പമൊന്നുമില്ല, വരു ഡാനി നമ്മുക്ക് വീട്ടിൽ പോകാം'

ഡോക്ടർ: 'ആദ്യം പണമടയ്ക്ക്, എന്നിട്ട് പോകാം. ഓക്കേ' ഡാനിയും ലേസിയും ആശുപത്രി ചിലവിന്റെ രേഖകൾക്ക് കാത്തിരുന്നു. ഒരു മണിക്കൂർ കഴിഞ്ഞപ്പോൾ; നന്നായി വസ്ത്രം ധരിച്ച ഒരു ചെറുപ്പക്കാരൻ, ഒരു സ്വർണ്ണ നിറമുള്ള പാത്രവുമായി വന്നു. പാത്രത്തിന് മുകളിൽ ഒരു സാധാ കടലാസിന്റെ ആകൃതിയിൽ വെട്ടിയെടുത്തു മെഴുക് തേച്ച് മിനുക്കിയ, ഒരു പരന്ന പലക കഷ്ണം, ഒരു കമ്പിയിൽ കൊളുത്തി നിർത്തിയിരിക്കുന്നു. മികച്ച ഒരു കലാകാരൻ എഴുതിയ അക്ഷരങ്ങൾ ആ പരന്ന പലകയുടെ ഭംഗി നൂറുമടങ്ങ് കൂട്ടിയിട്ടുണ്ട്. അതിൽ "ആകെ തുക: നാലുലക്ഷത്തി തൊണ്ണൂറായിരം" എന്ന ഭാഗം ദമ്പതികളെ സ്തംഭിപ്പിച്ചു. അവർ ഡോക്ടറുടെ മുറിയിലേക്ക് കുതിച്ചു.

ഡാനി: 'ഇതെന്തുവാ സാറെ! ഞങ്ങൾ വെറും മൊണ്ണകളാണെന്ന് വിചാരിച്ചൊ! ഞങ്ങളുടെ ഇൻഷുറൻസൊക്കെ തീർന്നിരിക്കുവാ. വെറുതെ വിടണം'

ലേസി: 'നിങ്ങൾ ഇവനൊരു കുന്തവും കൊടുത്തിട്ടില്ല. അവന്റെയൊക്കെ ഒരു ചികിത്സ! ഞങ്ങൾ പോലീസിനെ വിളിക്കും'

ഡോക്ടർ: 'ഞങ്ങൾ നിങ്ങളുടെ ശരീരത്ത് കുത്തിവെച്ച മരുന്നിന്റെ കണക്ക് ആ പലകയുടെ പിറകിലുണ്ട്. നന്നായി ഒന്നൂടെ നോക്ക്'

ലേസി: 'എല്ലാം പച്ചക്കള്ളം! കൂടുതൽ പൊട്ടൻ കളിക്കല്ലെ. ഞങ്ങൾക്കിത് അടയ്ക്കാൻ പറ്റൂല!'

ഡോക്ടർ: 'ഓഹ്! അപ്പോൾ അങ്ങനാ കാര്യങ്ങൾ. നോക്ക് കുട്ടി, നിങ്ങൾ രണ്ടും ഇവിടെ വന്നപ്പോൾ ഡാനിക്ക് ഭ്രാന്തിളകി കുട്ടിയെ കഴുത്തുഞെരിച്ചു കൊല്ലാൻ ശ്രമിച്ചു. ലേസി അബോധാവസ്ഥയിൽ ആവുകയും ചെയ്യ്തു, പിന്നെ എഴുന്നേറ്റത് രണ്ട് ദിവസം കഴിഞ്ഞാണ്. ഇപ്പോൾ ഓർമ്മ വന്നാ?'

ഡാനി: 'ഇത് സത്യമാണൊ? ഓർമ്മയുണ്ടൊ?'

ലേസി: 'ആ എനിക്കൊന്നും അറിഞ്ഞൂട! ഞാൻ വന്നു... ക്ഷീണം, അലറി... എനിക്കറിയില്ല ഡാനി. നമ്മൾ അവധി കഴിഞ്ഞു ഇവിടെ വന്നതിന് ശേഷംനടന്ന കാര്യങ്ങളൊന്നും എനിക്ക് ഓർക്കാൻ കഴിയുന്നില്ല'

ഡാനി: 'നമ്മൾ എന്താ ഇവിടെ ഒറ്റയ്ക്ക്! എവിടെ ബാക്കിയുള്ളവർ? ബന്ധുക്കൾ'

ലേസി: 'എനിക്ക് ഒന്നും ഓർമ്മയില്ല, സാമങ്കിൾ കൂടാതെ, മറ്റാരൊക്കെയോ ഞാൻ വിളിച്ചെന്ന് കരുതുന്നു, അറിയില്ല! എനിക്ക് എന്താ സംഭവിച്ചത്?'

ഡോക്ടർ: 'വിഷമിക്കേണ്ട മോളെ, അവ്സാദ്ഫൂൾ-ഇമെറ്റസിസ് എന്നാണ് ഈ അവസ്ഥയെ പറയുന്നത്. ഇവിടെ ചികിത്സയുണ്ട്'

ലേസി: 'ഹാ! എന്തെങ്കിലുമൊക്കെ ചെയ്യ് ഡോക്ടറെ!'

ലേസിയെ സർജറി വാർഡിലേക്ക് കൊണ്ടുപോയി, അനാവശ്യ ചികിത്സ നൽകി. രണ്ട് ദിവസത്തെ ചികിത്സ കൂടി കഴിഞ്ഞ് അവരെ വിട്ടയച്ചു. ആറര ലക്ഷം എന്ന ഭീമമായ തുകയും അടച്ചിട്ടാണ് അവർ ആശുപത്രി വിട്ടത്. സ്വന്തം വീട്ടിൽ പോകാതെ, ഒരു ഹോട്ടലിൽ തങ്ങാൻ അവർ തീരുമാനിച്ചു. ദിവസങ്ങളോളം നേരിട്ട കഷ്ടപ്പാടും പട്ടിണിയും മാറ്റാൻ ഒരു തൊട്ടിനിറയെ ചോറും കറികളും കഴിച്ച്, അടുത്തദിവസം മുഴുവനും ഉറക്കത്തിന് സമ്മാനിച്ചു

# 7

# ഒരു രഹസ്യം അറിഞ്ഞു

ഡാനിയും ലേസിയും അടുത്ത ദിവസം എഴുന്നേറ്റ് ഒന്നും സംസാരിക്കാതെ ഇരിക്കുന്നു. ആംഗ്യഭാഷയിൽ കാര്യങ്ങൾ അന്വേഷിച്ചു. കുറച്ചുനേരം ചിന്തിച്ചു കഴിഞ്ഞവർ അവരുടെ മൗനവ്രതം നിർത്തുന്നു.

ലേസി: 'അയാൾ നമ്മളെ പറ്റിച്ചു!'

ഡാനി: 'ആ ഡോക്ടർ അല്ലെ, നീചൻ! നമ്മുക്കെന്തൊ സംഭവിച്ചത് ലേസി? നമ്മൾ മാസങ്ങൾക്ക് മുമ്പ് അനുഭവിച്ച സന്തോഷം ഇനി തിരികെ കിട്ടുമൊ? എനിക്ക് തോന്നുന്നില്ല'

ലേസി: 'നല്ലൊരു ഉത്തരം നൽകാൻ എനിക്കും ആഗ്രഹമുണ്ട്, പക്ഷെ കഴിയുന്നില്ല'

ഡാനി: 'ശ്ശെടാ! എന്തെങ്കിലും നല്ല വാക്കുകൾ പറ കൊച്ചെ! ഞാൻ ആകെ പൊളിഞ്ഞിരിക്കുവാ!'

ലേസി: 'ആ കോൺക്രീറ്റ് ശവപ്പറമ്പിൽ വച്ച് എന്താ സംഭവിച്ചത് എന്ന് പറയാമൊ? ശരിക്കും നിങ്ങൾ ഭയന്നൊ?'

ഡാനി: 'എനിക്കാ വിഷയം ചർച്ചചെയ്യാൻ താൽപ്പര്യമില്ല! അന്ധവിശ്വാസം എന്ന് പറഞ്ഞ് തള്ളിക്കളഞ്ഞ പലതും ഇപ്പോൾ എന്നെ വിഷമിപ്പിക്കാൻ ഒരുമിച്ച് എത്തിയിട്ടുണ്ട്!'

ലേസി: (നീണ്ട ശ്വാസം എടുത്തുകൊണ്ട്) 'എന്താ! നിങ്ങൾ ശരിക്കും കേട്ടൊ?'

ഡാനി: 'അതെ, ഞാൻ കേട്ടു. അവ്യക്തമായ ചില ശബ്ദങ്ങൾ, സ്പീക്കറുകളിൽ നിന്ന് കേൾക്കുന്നതിനെക്കാൾ എന്തൊ ഭയാനകത തുളുമ്പുന്ന ശബ്ദങ്ങൾ!'

ലേസി: 'ചിലപ്പോൾ നിങ്ങൾക്ക് തോന്നിയതാകും, അത്രയ്ക്കല്ലായിരുന്നൊ അയാളുടെ തള്ള്!'

ഡാനി: 'അല്ല! എനിക്ക് നിന്നോട് മറ്റൊരു കാര്യം പറയാനുണ്ട്. ആശ്ചര്യപ്പെടണ്ട, ഇതും മോശം വാർത്ത തന്നെ. നമ്മളുടെ അച്ഛരന്റെ മരണകർമ്മങ്ങൾ കഴിഞ്ഞ ദിവസം വൈകിട്ട്; ഞാൻ അച്ഛരന്റെ ഓഫീസ് മുറി അരിച്ചുപെറുക്കി നോക്കി. അതുകഴിഞ്ഞ് ഒരു വിചിത്രമായ കാര്യം കണ്ടു'

ലേസി: 'മാധവൻ അല്ലായിരുന്നൊ അത്? നേരത്തെ പറഞ്ഞിട്ടുണ്ട് എന്നോട്'

ഡാനി: 'അല്ല! ഞാൻ അതിനെ കണ്ടത് ഓഫീസ് മുറിയിലല്ല, നമ്മുടെ കിടപ്പറയിലാണ്!'

ലേസി: 'എറിക് പറഞ്ഞത് സത്യം തന്നെ. എന്തുവായിരുന്നത്? നിങ്ങൾ കേറി നോക്കി കാണുമല്ലൊ'

ഡാനി: 'എനിക്കതിന് കഴിഞ്ഞില്ല! അച്ഛരന്റെ ഓഫീസ് മുറി പൂട്ടി, ഗസ്റ്റ് മുറിയും തപ്പീട്ട് താഴേക്കുവന്ന്, ഡൈനിങ് മേശയിൽ വച്ചിരുന്ന ജഗ്ഗിൽ നിന്ന് വെള്ളം കുടിച്ചു... അപ്പോൾ നമ്മുടെ കിടപ്പറയുടെ വാതിൽ ഭാഗീകമായി തുറന്ന് കിടപ്പുണ്ടായിരുന്നു, വൈകിട്ടത്തെ സൂര്യാസ്തമയ രശ്മികൾ കൊണ്ട് നിറഞ്ഞുനിന്ന ആ മുറിയിൽ... ഒരു ഇരുണ്ട രൂപം, അടഞ്ഞ് കിടന്ന ജനാകളിലൂടെ പുറത്തേക്ക് നോക്കി നിൽക്കുന്നത് ഞാൻ കണ്ടു'

ലേസി: 'എനിക്ക് എന്തോ പോലെ തോന്നുന്നു! ദയവായി അത് ഞാനായിരുന്നു എന്ന് മാത്രം പറയരുതെ!'

ഡാനി: 'ഹാ! നീ ചുമ്മാ തമാശ പറയല്ലേ, അതൊരു വലിയ രൂപമായിരുന്നു, നിന്നെക്കാൾ മൂന്നിരട്ടി വലുപ്പം... ഞാൻ തണുത്തുമരവിച്ച് നിന്നുപോയി. അകത്ത് കയറി

നോക്കാനുള്ള ഒരു ചിന്തപോലും എന്റെ മനസ്സിൽ വന്നില്ല'
(നീണ്ട ശ്വാസങ്ങൾ എടുക്കുന്നു)

ലേസി: 'നിങ്ങൾ പിന്നെ ഒരു പാറപോലെ അവിടെ നിന്നൊ? കഷ്ടം!'

ഡാനി: 'അതെന്താ നീ കളിയാക്കുന്നത്, ഞാൻ പറഞ്ഞത് ഉള്ളതാ! അത് പുറത്തേക്ക് നോക്കികൊണ്ടിരുന്നു. അമ്മ വന്ന് വിളിച്ചപ്പോൾ എന്റെ ശ്രദ്ധമാറി, പിന്നെ അതിനെ കണ്ടില്ല'

ലേസി: 'ചിലപ്പോൾ അത് ഞാൻ തന്നെ ആയിരിക്കണം. വെളിച്ചം എന്റെ നിഴലിനെ വലുതാക്കിയതാണോണലൊ?'

ഡാനി: 'കുറച്ച് കഴിഞ്ഞു ഞാനാ മുറിയിൽ കയറി, അവിടെ ആരും ഇല്ലായിരുന്നു'

ലേസി: 'നമ്മൾ വീടെപ്പോഴാ വിൽക്കുന്നത്?'

ഡാനി: 'എത്രയും പെട്ടെന്ന്! അച്ഛരനെ കളിയാക്കിയത് എന്നെ അസ്വസ്ഥതനാക്കുന്നു. അച്ഛരന് തന്റെ പ്രയാസങ്ങൾ അമ്മയോട് പോലും പറയാൻ കഴിഞ്ഞില്ല'

ലേസി: 'അത് ശരിയാ, നീ പണ്ടൊരു അന്ധവിശ്വാസ കൂട്ടായ്മയിൽ കയറി, ഏതൊക്കെയൊ അമ്പലങ്ങൾ നശിപ്പിക്കാൻ ശ്രമിച്ചിട്ടില്ലെ? നിങ്ങളുടെ വൈബ് വിതറാനായി! ചിലപ്പോൾ അതിന്റെ പാപങ്ങളിൽ നിന്ന് വന്നതാവും ഈ അനർത്ഥങ്ങൾ'

ഡാനി: 'നീ എന്താ ഇങ്ങനെ സത്യങ്ങൾ വിളിച്ച് പറയുന്നത്! ഞാൻ ഒന്നാമതെ തകർന്നിരിക്കുവാ. സത്യങ്ങൾ കൊണ്ട് തളർന്നിരിക്കുന്നവരെ ഉയർത്താൻ നീ എവുടുന്നാ പഠിച്ചത്?'

ലേസി: 'എല്ലാവർക്കും അവരവരുടെ വിശ്വാസങ്ങൾ പിന്തുടരാനുള്ള അവകാശമുണ്ട്. അതിന്റെ പേരിൽ അവരെ വേട്ടയാടുന്നതും നിങ്ങളുടെ വിശ്വാസങ്ങൾ അവരുടെമേൽ കുത്തിവയ്ക്കുന്നതും ശരിയല്ല!'

ഡാനിയുടെ നിസ്സഹായമുഖം ശ്രദ്ധിച്ച ലേസി കുറച്ചു സമയം മിണ്ടാതിരുന്നു.

ലേസി: 'മറ്റേ കോൺക്രീറ്റ് തറയിൽ നിന്ന് കേട്ട ശബ്ദങ്ങൾ എന്താണെന്ന് പറഞ്ഞില്ല'

ഡാനി: 'നീ വീണ്ടും എന്നോടീ ചോദ്യം ചോദിക്കരുത്. ഞാൻ അതിനെപ്പറ്റി ഓർക്കാൻ ഇഷ്ടപ്പെടുന്നില്ല!'

ലേസി: 'ശരി, നമ്മളിനി അങ്ങോട്ട്, ഇവിടെയാണൊ താമസിക്കാൻ പോകുന്നത്? ഈ ഹോട്ടലിലൊ?'

ഡാനി: 'എനിക്ക് കമ്പനിയിൽ നിന്ന് ഒരു നല്ല തുക ലഭിച്ചിരുന്നു. നമ്മുക്ക് പുതിയൊരു വീട് വാങ്ങി, നഷ്ടപ്പെട്ടുപോയ നമ്മുടെ സന്തോഷം വീണ്ടെടുക്കാൻ ശ്രമിക്കാം'

# 8

# നല്ല കൂട്ടുകാർ

ഒരാഴ്ച കഴിഞ്ഞു.

ഡാനി-ലേസി ദമ്പതികൾ അവരുടെ ജീവിതം പഴയതുപോലെ എത്തിക്കാൻ കഷ്ടപ്പെട്ടു. പക്ഷേ, ഡാനിയുടെ പുതിയ കമ്പനിയിൽ ജോലിചെയ്യുന്ന കുറച്ചുപേർ ദമ്പതികൾക്ക്, ഒരു രണ്ടുനില വീട് കണ്ടുപിടിച്ച് കൊടുത്തു. ഡാനി അത് വാങ്ങിച്ചു. തന്റെ പുതിയ കൂട്ടുകാരുടെ സ്നേഹം ഡാനിക്ക് പുതുജീവൻ നൽകാൻ സഹായിച്ചു. താനിതുവരെ അവരോട് സംസാരിച്ചിട്ടില്ല എന്ന ഘടകം ശ്രദ്ധേയം, എന്തായാലും ആ പ്രശ്നം പരിഹരിക്കാൻ ഡാനി തീരുമാനിച്ചു.

ഡാനി: 'ഒരുപാട് നന്ദിയുണ്ട് ഗയ്സ്, നിങ്ങളിന്ന് ഇവിടെ തങ്ങാമൊ?'

കൂട്ടുകാരൻ: 'തീർച്ചയായും, അതോർത്ത് വിഷമിക്കേണ്ട. നിങ്ങൾ അനുഭവിച്ച വേദനകൾ ഓർത്ത് ഞങ്ങൾക്ക് വലിയ ദുഃഖമുണ്ട്. നിങ്ങളുടെ അവസ്ഥ ഞങ്ങൾക്ക് അറിയില്ലായിരുന്നു'

ലേസി: 'നിങ്ങളൊക്കെ വളരെ നല്ലവരാണല്ലൊ, എവിടാ വീട്?'

കൂട്ടുകാരൻ: 'ഞങ്ങളെല്ലാവരും ഒരു സ്ഥലത്ത് നിന്ന് വരുന്നവരാണ്, തുടറോ ദ്വീപ് എന്നാ പേര്, കേട്ടിട്ടുണ്ടോ?'

ഡാനി: 'ഇല്ലല്ലൊ! അത് ശരിക്കും ഒരു ദ്വീപ് തന്നെയാണൊ? അതൊ വെറുതെ പേരിന്'

പുതിയ കൂട്ടുകാർ ചിരിക്കുന്നു, അതിൽ ഒരുവൻ തന്റെ ഫോണിൽ, ദ്വീപിന്റെ ഒരു ഡ്രോൺ വീഡിയോ കാണിക്കുന്നു. ഡാനി ഞെട്ടിത്തരിച്ചു പോയി.

ഡാനി: 'അതിമനോഹരം. ഇതുപോലെ ഒരു സ്ഥലം ആദ്യായിട്ടാ കാണുന്നത്. അതെന്തുവാ ആ ചാക്ക് കൂട്ടി ഇട്ടിരിക്കുന്നത്?'

കൂട്ടുകാരൻ: 'അത് ചുമ്മാ ഒരു നടവഴിയാ, മീൻ പിടിക്കാനും മറ്റും ഉപയോഗിക്കുന്നതാ. ദ്വീപിന് ചുറ്റിക്കിടക്കുന്ന വെള്ളത്തിന്, ഒരുപാട് കപ്പലുകളെ നശിപ്പിച്ച ചരിത്രമുണ്ട്'

ഡാനി: 'കൊള്ളാലൊ, ഒരു പഴങ്കഥ പോലെ. എന്റെ പഴയ വീട് വാങ്ങിക്കാൻ ആരെങ്കിലും വന്നായിരുന്നൊ?'

കൂട്ടുകാരൻ: 'ഒരാൾ വന്നു, പക്ഷെ അയാൾ നാലിലൊന്ന് വില മാത്രമേ തരു എന്ന് പറയുന്നു'

ഡാനി: 'സാരമില്ല, എത്രയും പെട്ടെന്ന് അതങ്ങ് വിറ്റുകള. വലിയ വിലയൊന്നും വേണ്ട'

കൂട്ടുകാരൻ: 'നിങ്ങൾ ആലോചിച്ചു കൂട്ടിയതൊക്കെ മറന്നേക്ക്, മനസ്സൊക്കെ പുതിയതാക്ക്. ഞങ്ങൾ എല്ലാരും രണ്ടാഴ്ച്ചത്തെ ഒരു ഉല്ലാസയാത്രക്ക് പോകുന്നുണ്ട്, നിങ്ങളും വരണം, മനസ്സൊക്കെ ഒന്ന് ശാന്തമാക്കാൻ സഹായിക്കും'

ഡാനി: 'ഉറപ്പ്. വന്നിരിക്കും'

ഡാനീടെ കൂട്ടുകാർ യാത്രയായി. ഡാനിയും ലേസിയും കൂറേ മാസങ്ങൾക്ക് ശേഷം അൽപ്പം ആശ്വാസത്തോടെ ഇരുന്നു. നിർഭാഗ്യവശാൽ, പോലീസ് വാഹനത്തിന്റെ നിലവിളി ശബ്ദം അവരെ വീണ്ടും വിഷമത്തിലാക്കി.

ആശുപത്രിയിൽ വെച്ചു പരിചയപ്പെട്ട ക്രൂരനായ ഓഫീസർ വീട്ടിനുള്ളിൽ പ്രവേശിച്ചു, അതും കതക് ചവിട്ടി തുറന്നതിന് ശേഷം. ഡാനിയെ അൽപ്പസമയം തുറിച്ചു നോക്കീട്ട്, വിലങ്ങ് ധരിപ്പിച്ചു, ലേസിയേയും വെറുതെ വിട്ടില്ല. അവരെ ബലമായി വലിച്ച് ജീപ്പിൽ കയറ്റി കൊണ്ടുപോയി. കുറച്ചു കഴിഞ്ഞു ഡാനി സംസാരിച്ചു

ഡാനി: 'ഇപ്പോൾ എങ്ങോട്ടാ ഞങ്ങളെ കൊണ്ടുപോകുന്നത് ക്രൂര മൃഗമേ!'

ഓഫീസർ: (ചിരിക്കുന്നു) 'ഒരു സിനിമ കാണിക്കാൻ, നല്ല കോമഡി പടം. പോപ്കോൺ എന്റെ വക'

ലേസി: 'ഇതിനാണോ ഞങ്ങളെ വെറുതെ പേടിപ്പിച്ചത്. സാറിന്റെ ഒരു കാര്യം! ഇപ്പോൾ സമാധാനമായി, ആരാ നായകൻ?'

ഓഫീസർ: 'മിണ്ടാതിരി പൊട്ടി! നമ്മൾ കോടതിയിലേക്ക് പോകുവാ, ഇന്നാണ് നിങ്ങളുടെ വിധിദിനം. സന്തോഷകരമായ ഒരു ജയിൽവാസം നിങ്ങൾക്ക് നേരുന്നു'

അവർ കോടതിയിലെത്തി, പിന്നേയും ആ ക്രൂരൻ അവരെ വലിച്ച് തറയിലിട്ടു, വലിച്ചിഴച്ചു കൊണ്ടുപോയി. കോടതിമുറിയിൽ പ്രവേശിച്ചപ്പോൾ ആ മുറിയിൽ ഇരുന്നവരെല്ലാം ഡാനിക്കെതിരാണെന്ന് മനസ്സിലായി. ആദ്യ ഹിയറിംഗ്, ഗബ്രിയൽ-വിൻയ കേസാണ്, ജഡ്ജി എത്തി, പതുക്കെ തന്റെ അധികാരകസേരയിൽ ഇരുന്നു, വാദം തുടങ്ങികോളാൻ കൈകൊണ്ട് അനുവാദം നൽകി. കുറ്റവാളി ചതുരത്തിൽ ഡാനിയും ലേസിയും ഭാവമാറ്റങ്ങൾ ഒന്നുമില്ലാതെ നിന്നു. പ്രതിജ്ഞ എടുത്തപ്പോൾ കാണികൾ അവരെ കൂവി, ഇതിന് ശിക്ഷയായി ജഡ്ജി കൂവിയവർക്കെല്ലാം പതിനായിരം രൂപ പിഴ കൊടുത്തു. കോടതി മുറിയുടെ കെടുത്ത അന്തരീക്ഷം വന്നുചേർന്നു.

വാദം തുടങ്ങി. ജനഭാഗം വക്കീൽ, അങ്കിൾ സാമിന്റെ സുഹൃത്താണ്, ഡാനിക്കായി വാദിക്കുന്നത്. വാദം അതിന്റെ രൂക്ഷമായ ഭാഗത്തേക്ക് കടക്കുന്നതിന് മുമ്പ് തന്നെ ജഡ്ജിക്ക്, പുറത്ത് നിന്നാരൊ ഒരു കത്ത് കൊണ്ടുകൊടുത്തു. അദ്ദേഹം അത് തുറന്ന് വായിച്ചു അതേസമയം എതിർഭാഗം വക്കീൽ ഡാനിയേയും ലേസിയേയും ഒപ്പം പുതിയ തലമുറയെ മുഴുവൻ കുറ്റം പറയാൻ ആരംഭിച്ചു, മാതാപിതാക്കളോടും പൂർവികരോടും യാതൊരു സ്നേഹവും കാരുണ്യവും ബഹുമാനവും ഇല്ലാത്ത ജീവികൾ എന്ന് പുതിയ തലമുറയെ സംബോധന ചെയ്തു. ജഡ്ജി തന്റെ കൊച്ചു ചുറ്റിക മേശയിൽ ഇടിച്ച് മുറി നിശബ്ദമാക്കി. അദ്ദേഹത്തിന്റെ മുഖത്ത് നല്ല ദേഷ്യമുണ്ട്, നിയമത്തെ വളച്ചൊടിക്കാൻ ശ്രമിച്ച വക്കീലിനും ഓഫീസറിനും ജഡ്ജി നല്ലത് കൊടുത്തു.

ക്രൂരനായ ഓഫീസർ ഉരുകാൻ തുടങ്ങി, അയാൾ ചാടിയെഴുന്നേറ്റ് ജഡ്ജിയെ കള്ളനെന്നും കൈക്കൂലി രാജാവെന്നും മുദ്രകുത്തി. എന്നിരുന്നാലും, ജഡ്ജി പതുക്കെ ആ കത്തിലുണ്ടായിരുന്ന കാര്യങ്ങൾ പറഞ്ഞ് കൊടുത്തു; വിൻയയെ ആരും തള്ളിയിട്ടതല്ല, കൂടാതെ ഡാനി ലേസി എന്നിവരുടെയല്ലാത്ത ആരുടെയോ നഖരേഖകൾ വിൻയയുടെ മുതുകത്ത് നിന്നും കണ്ടെത്തി. ഓഫീസറിന് ഒരു വർഷത്തെ സസ്പെൻഷൻ നൽകി, ദമ്പതികളെ വിട്ടയക്കാൻ ഉത്തരവിട്ടു. ഡാനി ആകെ ഞെട്ടി വിറച്ചുപോയി; നഖരേഖകൾ എങ്ങനെ എന്ന ചോദ്യം അവനെ അലട്ടി. ഡാനീടെ പുതിയ കൂട്ടുകാർ കോടതിയിലെത്തി അവരെ രണ്ടിനേയും വീട്ടിലേക്ക് കൊണ്ടുപോയി വിട്ടു.

ലേസി: 'നിന്റെ പുതിയ കൂട്ടുകാർ കൊള്ളാലൊ, ഈ യാത്ര നമ്മളെ പഴയ ജീവിതത്തിലേക്ക് തിരിച്ചു കൊണ്ടുവരും എന്ന് ഞാൻ വിശ്വസിക്കുന്നു'

ഡാനി: (ചെറിയ ശബ്ദത്തിൽ) 'ഞാൻ ഒരു ക്രൂരനാ! എനിക്ക് എങ്ങനെ അവരോട്...'

ലേസി: 'ങ്ങേ! എന്തുവാടാ പിറുപിറുക്കുന്നത്'

ഡാനി: 'എന്റെ പുതിയ കൂട്ടുകാർ, അവരുടനെ പ്രശ്നത്തിലാകും! എന്റെ ജോലി തന്നെ അവരെ പോലെയുള്ള പതിനായിരക്കണക്കിന് ജോലിക്കാരുടെ ജോലി, ഒറ്റയ്ക്ക് ചെയ്യാൻ സാധിക്കുന്ന ഒരു സോഫ്റ്റ്‌വയർ ഉണ്ടാക്കലാണ്. അവർക്ക് അവരുടെ ജോലി നഷ്ടപ്പെടും. ഞാനത് ഒപ്പുവച്ചു കിട്ടിയ പൈസ കൊടുത്താണ് ഈ വീടു മേടിച്ചതും, ആശുപത്രി ചിലവ് കൊടുത്തതും'

ലേസി: 'അത് വല്ലാത്തൊരു പരിപാടിയായി പോയി. ആ പാവങ്ങൾ ഇനി എന്ത് ചെയ്യും! അവർക്ക് ഇതിനെ പറ്റി അറിയാമൊ?'

(വല്ലാത്തൊരു നിശബ്ദത)

ഡാനി: 'എനിക്കറിയില്ല, ഇനി അവർ അറിഞ്ഞിട്ട് എന്നെ മെരുക്കി എടുക്കാൻ ശ്രമിക്കുവാണോ? ഈ യാത്ര എന്നെ കൊല്ലാൻ വേണ്ടിയാണോ? അല്ലെങ്കിൽ തന്നെ ഒരു പരിചയവുമില്ലാത്ത നമ്മളെ പണം മുടക്കി യാത്ര കൊണ്ടുപോകാൻ അവന്മാർക്കെന്താ ഭ്രാന്തൊ?'

ലേസി: 'പത്ത് പൈസ ആരും തന്നിട്ടില്ല പിന്നാ! ഇതവര് നമ്മളെ പൂട്ടാൻ തന്നെ ചെയ്യുന്നതാ. അവരെ ആദ്യം കണ്ടപ്പോഴെ ഒരു അസ്വാഭാവികത തോന്നിയതാണ്. ഒരുമാതിരി നന്മലോക പിലോച്ചഫിയും കൊണ്ട് ജാഡ കാണിക്കാൻ വന്നേക്കുന്നു!'

ഡാനി: 'പിന്നല്ലാതെ, ഇനിയിപ്പം എന്താ ചെയ്യേണ്ടത്? നാളെ കൂടെ സമയമുള്ളൂ, വിളിച്ച് വരുന്നില്ലാന്ന് പറയട്ടെ?'

ലേസി: 'വേണ്ട. അത് കാര്യങ്ങൾ വഷളാക്കും. അവർ അടുത്ത പദ്ധതി നോക്കും, ഒന്നും അറിയാത്ത പോലെ നിൽക്കണം. യാത്ര ആരംഭിച്ചതിന് ശേഷം, പതുക്കെ നിന്റെ

നിരപരാധിത്വം പറയുക; നിനക്ക് ഒരു പിണ്ണാക്കും അറിയില്ലാന്നും, പൈസ മോഹിച്ച് ഒപ്പിട്ടതാണെന്നും അങ്ങ് പറ'

ഡാനി: 'അത് നല്ല തീരുമാനം'

(ഡിംങ് ഡോംങ്)

സാം വന്നു. ഡാനി അദ്ദേഹത്തെ ആനയിച്ചിരുത്തി. സാമിന്റെ മുഖത്ത്, നല്ല വാർത്തകൾ ഉള്ളിൽ വെച്ചിരിക്കുന്ന ആളുടെ മുഖഭാവമല്ല.

ഡാനി: 'എന്ത് പറ്റി അങ്കിളെ?'

സാം: 'വിൻയയുടെ ശരീരത്ത് നിന്ന് കണ്ടെത്തിയ നഖത്തിന്റെ പാടുകൾ, നാട്ടിൽ ഒരുപാട് അവിഹിത കഥകൾ സൃഷ്ടിക്കാൻ ഇടയാക്കി! എന്തായിരുന്നു ആ പാടുകൾ, നിനക്ക് എന്തെങ്കിലും അറിയാമോ?'

ഡാനി: 'അങ്കിൾ മതി! എനിക്ക് കൂടുതൽ കേൾക്കേണ്ട. ഇത് പറയാനാ വന്നതെങ്കിൽ അങ്കിൾ പൊയ്ക്കൊ'

സാം: 'ക്ഷമിക്കണം മോനെ! നിന്നെ വേദനിപ്പിക്കാൻ പറഞ്ഞതല്ല. പക്ഷേ നീ കണ്ടതല്ലെ വിൻയ ചാടിയത്, നീ അസാധാരണമായ എന്തെങ്കിലും കണ്ടായിരുന്നൊ? എനിക്ക് തോന്നുന്നത്, നമ്മൾ ഉടനെ പോലീസിൽ ഒരു പരാതി കൊടുക്കണം എന്നാണ്"

ഡാനി: 'വേണ്ട! എന്റെ അമ്മയെ കുഴിയിൽ നിന്ന് കുത്തി എടുക്കേണ്ട, അമ്മ വിശ്രമിക്കട്ടെ. ഞാനൊരു സത്യം പറയാം, ആ വീടിനെ പ്രേതംപിടിച്ചു. ഞാൻ മദ്യപിക്കാറില്ല, അന്ധവിശ്വാസിയും ആയിരുന്നു. അങ്കിളിന് വേണമെങ്കിൽ വിശ്വസിക്കാം'

സാം: 'നോക്ക് മോനെ, ഞാനറിഞ്ഞു നീ നിന്റെ വിശ്വാസങ്ങളിൽ മാറ്റം വരുത്തിയെന്ന്. പക്ഷേ അത് നിന്റെ കുടുംബവീട് വെറും കപ്പലണ്ടികാശിന് വിറ്റു കളയുന്നതിന് ഉത്തരമല്ല. നഗരത്തിന്റെ മധ്യഭാഗത്ത് നിൽക്കുന്ന, ഇന്നും

പുതിയ വീടുകളുമായി മത്സരിക്കാൻ കഴിയുന്ന ആ വീട്! നിനക്കിപ്പോഴുള്ള കടം അറിയാലൊ, ഇതാണൊ അതിന് പ്രതിവിധി?'

ലേസി: 'അതിനിവനെ മാത്രം കുറ്റം പറഞ്ഞിട്ട് കാര്യമില്ല അങ്കിൾ. ഞങ്ങൾ രണ്ടുപേരും ചേർന്നെടുത്ത തീരുമാനമാണ്. സത്യം മറയ്ക്കാൻ പറ്റില്ലല്ലൊ'

സാം: 'നോക്ക് മക്കളെ, ഞാൻ ജനിച്ചകാലം മുതലേ ഒരു വിശ്വാസിയാണ്. എനിക്കും ഇങ്ങനെ പ്രേതാനുഭവങ്ങൾ ഉണ്ടായിട്ടുണ്ട്, പക്ഷെ അതൊക്കെ എന്റെ വെറും തോന്നലുകൾ ആയിരുന്നു, ഈ പ്രേത സിനിമകൾ നമ്മളെ അങ്ങനെ ആക്കിയെടുത്തതാണ്! അല്ലാതെ ഒന്നുമില്ല. നീ കരാർ റദ്ദാക്ക്, എന്നിട്ട് സ്റ്റേഷനിൽ വന്ന് ഒരു പരാതി കൊടുക്ക്, സർക്കിൾ എന്റെ കൂട്ടുകാരനാ, കഴിഞ്ഞ രണ്ട് മരണങ്ങളും ഒരു കൊലയാളി ചെയ്തു എന്ന് അവൻ എഴുതിക്കോളും. അങ്ങനെ പ്രേതാലയം എന്ന തലക്കെട്ട് നിന്റെ കുടുംബവീട്ടീന്ന് മാറ്റാം'

ഡാനി: 'പൈസ നഷ്ടം എനിക്ക് കാര്യമല്ല. കണ്ണിൽ കണ്ടത് വിശ്വസിച്ചെ പറ്റു'

കൂടുതൽ സംസാരിക്കാതെ സാം അവിടുന്നിറങ്ങി. പക്ഷേ സാമിന്റെ വരവ് അവരിൽ നല്ല മാറ്റം കൊണ്ടുവന്നു. ആകെ വയ്യാത്ത രീതിയിൽ, ഒന്നും കഴിക്കാതെ, അവർ അനുഭവിക്കേണ്ടി വരുന്ന നഷ്ടത്തെയോർത്ത് മിണ്ടാതെ തലതാഴ്ത്തി ഇരുന്നു.

# 9

# ഒരു കപ്പൽയാത്ര: ഭാഗം ഒന്ന്

അടുത്ത ദിവസം രാവിലെ, എല്ലാം ഒരു വിധം കലങ്ങിത്തെളിഞ്ഞ പ്രതീതി. കഴിഞ്ഞ ദിവസങ്ങളിൽ നടന്ന സംഭവങ്ങൾ മറന്നമട്ടിൽ ദമ്പതികൾ. അപ്രതീക്ഷിത അതിഥിയെത്തി; ഡാനീടെ കമ്പനി മാനേജർ.

ഡാനി: 'ഗുഡ് മോണിംഗ് സാർ, എന്താ പെട്ടെന്ന്?'

മാനേജർ: 'ഗുഡ് മോണിംഗ് ഡാനി, പിന്നെ നിന്റെ ഫോൺ കോളുകൾ കട്ട് ചെയ്തതിനു ക്ഷമിക്കണം. ജോലികാര്യങ്ങൾ ചർച്ചചെയ്യാൻ ഫോണിൽ ബന്ധപ്പെടരുത്. അപകടമാണ്, ചാരന്മാർ ചോർത്തും'

ഡാനി: 'ഇനി മുതൽ ശ്രദ്ധിക്കാം സാർ'

മാനേജർ: 'നീ ഉടനെ ജോലിചെയ്തു തുടങ്ങണം. മൂന്ന് മാസത്തിനകം എല്ലാം തീർക്കണം. എല്ലാം പെട്ടെന്ന് തുടങ്ങണം ഇല്ലെങ്കിൽ നൽകിയ കരാർ പണം തിരിച്ചു തരണം, കൂടാതെ പിഴയും അടയ്ക്കണം, കരാറിൽ പറഞ്ഞിട്ടുണ്ട്'

ഇത്രയും പറഞ്ഞ് മാനേജർ പോയി, ഡാനി സ്തംഭിച്ചു. വാതിൽക്കൽ കൂറെ നേരം അനങ്ങാതെ നിന്നു. പതുക്കെ കിടപ്പറയിലേക്ക് നീങ്ങി. ലേസി യാത്രയ്ക്കുള്ള

തയ്യാറെടുപ്പിലാണ്. ഡ്യാനി അവളെ നോക്കിനിന്നു, ലേസി അവന്റെ സാന്നിധ്യം മനസ്സിലാക്കുന്നു.

ഡ്യാനി: 'എനിക്ക് നിന്നോടൊരു കാര്യം പറയാനുണ്ട്... ഒരു അച്ഛനാകാൻ എനിക്കിപ്പോൾ താൽപ്പര്യമുണ്ട്, നിനക്കോ?'

ലേസി: 'അയാൾ എന്താ പറഞ്ഞത്?'

ഡ്യാനി: 'ഏയ് പ്രത്യേകിച്ചൊന്നുമില്ല. യാത്രയ്ക്ക് ആശംസകൾ നേർന്നു'

ലേസി: 'ഭയപ്പെടാതിരി ഡ്യാനി. നമ്മളെ ആരും ഒന്നും ചെയ്യില്ല. അവര് നമ്മുക്ക് രണ്ടാമതൊരു അവസരം നൽകും, നൽകാതിരിക്കില്ല'

ഡ്യാനി: 'കാര്യമില്ല. എനിക്കീ പ്രോജക്ട് ചെയ്‌തേ പറ്റൂ, ആ കമ്പനി മറിച്ചൊരുത്തരം സ്വീകരിക്കില്ല!'

ലേസി: 'അങ്ങനാണേൽ നിന്റെ പുതിയ അവന്മാരുടെ കാര്യം മാനേജരോട് പറ, അയാൾ കൈകാര്യം ചെയ്‌തോളും. ഈ കമ്പനികൾക്കൊക്കെ നല്ല പിടിപാട് കാണുമല്ലോ'

ഡ്യാനി: 'അത് ശരിയാണല്ലൊ! ഞാൻ അവന്മാരോട് കള്ളം പറഞ്ഞിട്ട്, കമ്പനിയോട് പറഞ്ഞ് അവന്മാരെ കുടുക്കാം. അല്ലേലും കോടികളുടെ കളികളിൽ ഒറ്റുന്നത് അത്ര മോശം കാര്യമല്ലല്ലൊ. ഇത് അവന്മാരുടെ അവസാന യാത്ര ആയിരിക്കും!'

(വല്ലാത്തൊരു നിശബ്ദത)

ലേസി: 'എന്തേ? ആരെയാ നോക്കുന്നത്? എന്താ വിയർത്തൊലിക്കുന്നത്?'

ഡ്യാനി: (സംസാരിക്കാൻ കഷ്ടപ്പെടുന്നു, ശബ്ദങ്ങൾ ഉണ്ടാക്കി അലമാരയിലേക്ക് വിരൽ ചൂണ്ടി) 'ഞാൻ... എന്തോ രൂ... ഒളി ഉപം'

ഡ്യാനീടെ ഇടവിട്ടുള്ള സംസാരം ലേസിക്ക് മനസ്സിലാക്കാൻ വലിയ പ്രയാസമില്ലായിരുന്നു. ലേസി ഡ്യാനിയെ കൈകൾകൊണ്ട് ചുറ്റി, രണ്ട് പേരും അലമാരയിൽ തുറിച്ച്

നോക്കി വിറച്ചുനിന്നു. പതുക്കെ നടന്നുനീങ്ങി, പാതി തുറന്നുകിടന്ന അലമാര വാതില്‍ അവര്‍ പെട്ടെന്ന് തുറന്നു (നിലവിളി) ഒരു വലിയ ചിലന്തി, സാധാരണ കാണപ്പെടുന്നതിനെക്കാള്‍ കൂടുതല്‍ കാലുകളും, പുറത്തേക്ക് തള്ളിനില്‍ക്കുന്ന മുത്തുമണി കണ്ണുകളും. അതവര്‍ക്ക് നേരെ ചാടിവീണു, രണ്ടുപേരും പേടിച്ച് കൈകള്‍കൊണ്ട് ശരീരത്തടിക്കാന്‍ തുടങ്ങി, ശരീരം ആസകലം ചുവന്ന് നീരുവച്ചു.

(നിശബ്ദത)

ലേസി: 'ശരിക്കും! നിങ്ങള്‍ക്കിപ്പം ചിലന്തിയേയും ഭയമാണൊ?'

ഡാനി: 'ചിലന്തി അല്ല, ആ ക്രൂരമായ കണ്ണുകള്‍ എന്നെ തുറിച്ചു നോക്കുന്നത് ഞാന്‍ കണ്ടതാ... അതിന്റെ, കൂര്‍ത്തപല്ലുകള്‍ കൊണ്ടുനിറഞ്ഞ വായില്‍, കത്തിജ്വലിക്കുന്ന തീ ഞാന്‍ കണ്ടു...'

ലേസി: 'ഈ ഭ്രാന്തൊന്നു നിര്‍ത്താമൊ! പ്രേതപ്പടങ്ങള്‍ കാണുന്നത് നിര്‍ത്തിക്കൊ. ഇതിനെക്കാള്‍ എത്രയോ ഭേദമാണ് നിന്റെ അന്ധവിശ്വാസി കാലഘട്ടം! ഒന്നും മാറണ്ടായിരുന്നു'

ഡാനി: 'മനോഹരമായ ആ കാലം ഇനിയില്ല. നീ ഓര്‍ക്കുന്നുണ്ടൊ നമ്മള്‍ അന്ധവിശ്വാസ കളികള്‍ കളിച്ചതൊക്കെ? ഒരുത്തന്‍ എന്നെ പന്തയം വെച്ച് സെമിത്തേരിയില്‍ എത്തിച്ചത്! ധീരമായി അത് ജയിച്ച് ആയിരം രൂപയും പോക്കറ്റിലാക്കി, അത് മുഴുവന്‍ നമ്മള്‍ ഐസ്ക്രീം വാങ്ങി തീര്‍ത്തതും'

ലേസി: 'ആ ധീരതയൊക്കെ എവിടെ പോയി?'

ഡാനി: 'അറിയില്ല, ചിലപ്പോള്‍ എന്റെ അഹങ്കാരം ആയിരിക്കണം ആ ധീരതയുടെ പിന്നില്‍. അങ്ങനെയൊന്നും ചെയ്യാന്‍ പാടില്ലായിരുന്നു, എന്റെ അഹങ്കാരം കൊണ്ട് എത്ര ശാപം കിട്ടിയ സ്ഥലങ്ങളിലാ ഞാന്‍ സ്വമേധയാ

നുഴഞ്ഞുകയറിയത്!' (ദേഷ്യം അടക്കാൻ വയ്യാതെ മതിലിൽ ശക്തമായി ഇടിക്കുന്നു)

ലേസി ആകെ വയ്യാതായി, അവൾ അടുക്കളയിലേക്ക് ഓടിച്ചെന്ന് ഒരു കുപ്പി മദ്യം എടുത്തുകൊണ്ട് വന്നു. രണ്ടുപേരും ചേർന്ന് അത് കുടിച്ചു വറ്റിച്ചു; അബോധാവസ്ഥയിൽ ആവുകയും ചെയ്തു. അടുത്ത ദിവസം രാവിലെ എഴുന്നേറ്റ് ധൃതിവെച്ച് യാത്രയ്ക്ക് പോകാൻ തയ്യാറാവുന്നു. ധാനീടെ ജോലി കൂട്ടുകാരിൽ നിന്ന് സത്യം എങ്ങനെ പുറത്തെടുക്കാം എന്നവർ ആലോചിച്ചുകൊണ്ടിരുന്നു. അല്പസമയം കഴിഞ്ഞ് കൂട്ടുകാർ എത്തി, ദമ്പതികളെ കൂട്ടികൊണ്ട് പോയി. ഒരു കപ്പൽപോർട്ടിൽ എത്തിച്ചു. കാർ യാത്രയിൽ ധാനി ലേസി നിശബ്ദത പാലിച്ചിരുന്നു, അത് കൂട്ടുകാർക്ക് സങ്കടം ഉണ്ടാക്കിയിരുന്നു.

അവരെല്ലാം ഒരു കപ്പലിൽ പ്രവേശിച്ചു. ഉല്ലാസ പരിപാടികൾ നടക്കുന്ന സ്ഥലത്തുനിന്ന് ധാനിയും ലേസിയും ഒളിച്ചുമാറി അവരുടെ സ്വകാര്യ മുറിയിൽ എത്തി. ധാനി ആകെ ഭയന്നിരിക്കുന്നു.

ലേസി: 'എന്ത് പറ്റി പെട്ടെന്നൊരു അന്ധാളിപ്പ്?'

ധാനി: 'ഈ യാത്ര സംഘടിപ്പിച്ചിരിക്കുന്നത് ലോക എൻജിനീയർ കൂട്ടായ്മയാണ്. അവരെല്ലാം നമ്മളെ കൊല്ലാൻ തുനിഞ്ഞ് ഇറങ്ങിയിരിക്കുവാ!'

ലേസി: (ഞെട്ടുന്നു) 'സത്യം! എന്റെ ഫോണിന്റെ സിഗ്നലുകൾ നഷ്ടപ്പെട്ടു! നമ്മൾ തന്നെ നമ്മുക്ക് കുഴി ഒരുക്കിയത് പോലെ ആയല്ലോ!'

ധാനി: 'പുല്ല്! ഇനിയിപ്പോൾ എന്താ ചെയ്യുക?'

(ആരൊ കതകിൽ തട്ടുന്നു)

ലേസി: 'അത് സംഭവിക്കാൻ പോകുന്നു! ധാനി, നിന്റെയൊപ്പം ജീവിച്ച് കൊതി തീർന്നിട്ടില്ല... വാ നമ്മുക്ക്

ഒരുമിച്ചു നേരിടാം'

ഡാനിയും ലേസിയും കൈകൾകോർത്ത് പതിയെ പതിയെ വാതിൽ തുറന്നു. ആരാണ് തട്ടുന്നതെന്ന് ചോദിക്കാൻ കൂടി അവർക്ക് തോന്നിയില്ല. ഒരു സുന്ദരിയായ യുവതി അകത്തേക്ക് വന്നു, ജോലി കൂട്ടുകാരിൽ ഒരാളാണ്. ഒരു കെട്ട് പേപ്പർ കയ്യിലിരിപ്പുണ്ട്, ഡാനി വളരെ സ്നേഹത്തോടെ ആ കുട്ടിയെ ഒരു കസേരയിലിരുത്തി, അവൾ കൃത്രിമ ചിരികൊണ്ട് ദമ്പതികളെ ദേഷ്യം പിടിപ്പിച്ചുകൊണ്ടിരുന്നു.

അവൾ: 'എന്ത് പറ്റി ഡാനി? എല്ലാം ഓക്കെയല്ലേ? ഇല്ലെങ്കിൽ പറഞ്ഞോളൂ വേറെ മുറി തരാം'

ലേസി: (ചെറിയ സ്വരത്തിൽ) 'സ്വർഗത്തിലാണൊ?'

അവൾ: 'ക്ഷമിക്കണം, ഞാൻ വന്നത് ശരിയായ സമയത്തല്ലേ? ഞാൻ പോയിട്ട് പിന്നെ വരാം'

ഡാനി: 'ഏയ് അങ്ങനൊന്നുമില്ല, ഞങ്ങൾ പ്രാർത്ഥിക്കുവായിരുന്നു. എന്താ ജിനയ്ക്ക് പറയാനുള്ളത്?'

ജിന: 'ഡാനി പറഞ്ഞതുപോലെ നിങ്ങളുടെ പഴയ വീട് നന്ദുവിന് ഇരുപത് ലക്ഷം രൂപയ്ക്ക് വിറ്റു. (ജിന ബാഗിൽ നിന്ന് പൈസ എടുത്ത് മേശപ്പുറത്ത് വെയ്ക്കുന്നു) ഇതാ പൈസ, എണ്ണി നോക്കികൊ'

ലേസി: 'സാരമില്ല ഈ പൈസ ജിന വെച്ചൊ, പാവങ്ങളെ സഹായിക്കുക'

(വല്ലാത്തൊരു നിശബ്ദത)

ജിന: 'വേണ്ട, എനിക്കിത് ആവശ്യമില്ല. എനിക്ക് ജോലി ചെയ്തു ലഭിക്കുന്ന പൈസ തന്നെ ധാരാളം. നിങ്ങൾക്ക് ഇന്ന് എന്തുപറ്റി? പഴയ ചിന്തകൾ ഒന്നും വിട്ടില്ലേ? എന്തെങ്കിലും സഹായം വേണമെങ്കിൽ ചോദിക്കാൻ മടിക്കരുത്'

ഡാനി: 'ഏയ്, ഒന്നുമില്ല. ജോലി സംബന്ധമായ ചില പ്രശ്നങ്ങൾ, എന്റെ പ്രൊജക്ട്, സമയത്ത് തീർക്കാൻ

പറ്റുമെന്ന് തോന്നുന്നില്ല. കണക്കുകൾ ചെയ്യാൻ പറ്റുന്ന എന്റെ പണ്ടത്തെ മനസ്സ് എനിക്ക് നഷ്ടപ്പെട്ടു, ഇനിയത് തിരികെ കിട്ടാൻ സാധ്യതയില്ല. പ്രോഗ്രാം കോടുകൾ ആകെ തലവേദന തരുന്നു'

ജിന: 'പ്രോഗ്രാം കോഡുകളൊ? പുതിയ കെട്ടിടം നിർമ്മിക്കാൻ അതിന്റെ ആവശ്യം എന്തിനാ. ഞാൻ എന്തെങ്കിലും വിട്ടുപോയൊ?'

(വല്ലാത്തൊരു നിശബ്ദത)

ഡാനി: 'കെട്ടിടം പണിയാനും അതൊക്കെ വേണം ജിനാ, ബാക്കി ഞാൻ പിന്നെ പറഞ്ഞുതരാം. നമ്മളിപ്പൊൾ ഉല്ലാസയാത്രയിലല്ലെ, അതലമ്പാക്കാൻ ഞാൻ ഉദ്ദേശിക്കുന്നില്ല' (എല്ലാവരും ചിരിക്കുന്നു)

ജിന: 'നിങ്ങൾ ഉടനെ മുകളിലേക്ക് വരണം, ഞങ്ങളൊരു സമ്മാനം വെച്ചിട്ടുണ്ട്. താമസിക്കാതെ വരണെ'

ജിന അവിടെ നിന്ന് പുറത്തുപോയി. ഡാനി ലേസി വീണ്ടും സ്തംഭിച്ചു, എന്തൊക്കെയൊ ആലോചിച്ചു അങ്ങനെ നിന്നു. പെട്ടെന്ന്, ഡാനി ജിനയുടെ ഐഡി കാർഡ് താഴെ കിടക്കുന്നത് കാണുന്നു. അവനത് പൊക്കിയെടുത്ത് വായിച്ച് പഠിക്കുന്നു

ലേസി: 'നീ ഇത് എത്രാമത്തെ തവണയാ ഞെട്ടുന്നത്! എന്താ പുതിയ ഞെട്ടൽ, ആ കുട്ടിയുടെ അതി മനോഹരമായ ഫോട്ടോ കണ്ടിട്ടാണൊ?'

ഡാനി: 'പിന്നല്ലാതെ, എന്ത് സുന്ദരിയായ കുട്ടി. ദേ ഇങ്ങോട്ടു നോക്കിയേ (ഐഡി കാർഡിലേക്ക് വിരൽ ചൂണ്ടുന്നു) അറുപത്തിരണ്ട് വയസ്സുണ്ട് ആ കുട്ടിക്ക്!'

ലേസി: 'ങ്ങേ! അതെങ്ങനെ? ഇവിടെ എന്തുവാ നടക്കുന്നത്? മുപ്പത് വയസ്സ് പോലും തോന്നിക്കില്ലല്ലൊ! ഇനി അവൾ ഇതിൽ പറഞ്ഞിരിക്കുന്ന അവൾ അല്ലെ?'

ഡാനി: 'നീ എന്തൊക്കെയാ ഈ പറയുന്നേ? അവര് കിട്ടുന്ന ശമ്പളം മുഴുവൻ മുഖം വെളുപ്പിക്കാൻ ഉപയോഗിക്കുമായിരിക്കും, പിന്നല്ലാതെ. ചിലപ്പോൾ അതോണ്ടായിരിക്കും ജോലി പോകുന്നതിൽ ഇത്ര ഭയം!'

ലേസി: 'ഞാൻ വിചാരിക്കുന്നത്, അവളും അവളുടെ കൂടെയുള്ളവരും, വല്ല കൊലയാളി സംഘത്തിലെ പ്രമുഖർ ആയിരിക്കുമെന്നാണ്. കൊട്ടക്കണക്കിന് പെയിന്റും വാരിയൊഴിച്ച് യഥാർത്ഥ മുഖം മറച്ച്, ബാക്കിയുള്ളോരെ കൊന്ന് തള്ളാനുള്ള പരിപാടി ആയിരിക്കണം. ഈ കൂട്ടത്തെ ആരെങ്കിലും പണം കൊടുത്ത് വിളിച്ചോണ്ട് വന്നതാകും'

ഡാനി: 'നീ ഇങ്ങനെ കേട്ടാൽ വിശ്വസിക്കാൻ കഴിയുന്ന കാര്യങ്ങൾ പറഞ്ഞ് എന്നെ പ്രയാസപ്പെടുത്താതിരിക്ക്, എനിക്ക് വയ്യ. മുകളിലേക്ക് പോകണോ?'

ലേസി: 'നമ്മൾ കടലിന്റെ നടുക്ക് ഒറ്റപ്പെട്ട് കിടക്കുന്നൊരു കപ്പലിലാണ്! ഒന്നെങ്കിൽ തിമിംഗലത്തിന് തീറ്റയാവുക, അല്ലെങ്കിൽ അവരുടെ കത്തിക്ക്. എന്തായാലും മരണം ഉറപ്പാണ്. വാ പോയി നോക്കാം'

ഡാനിയും ലേസിയും പുതിയ വസ്ത്രങ്ങൾ ധരിച്ച് കപ്പലിന്റെ മുകളിലേക്ക് പോയി. ഡാനി, സ്വയരക്ഷയ്ക്ക് അടുക്കളയിൽ നിന്ന് കറിക്കത്തിയെടുത്ത് അരയിൽ ഒളുപ്പിച്ച് വെച്ചിട്ടുണ്ട്. മറുവശത്ത് ലേസി, ഒരു പാക്കറ്റ് മുളകുപൊടി കരുതിവെച്ചിട്ടുണ്ട്. മുകളിൽ എത്തിയപ്പോൾ; കടലാസ് തോരണങ്ങൾ, ശബ്ദം കൂടിയ കയ്യടികളും, കള്ളുകുപ്പികളും അവർക്ക് നല്ല സ്വീകരണം നൽകി. കൃത്രിമ ചിരി അധികം കാണിച്ച് ദമ്പതികളുടെ മുഖത്തെ പേശികൾ തളർന്ന് വിറയ്ക്കാൻ തുടങ്ങി. ഒരു കൂട്ടം ചിരിക്കുന്ന ആളുകളുടെയിടയിൽ നിൽക്കുന്ന അവർ, പെട്ടെന്ന് പിറകിലേക്ക് ശ്രദ്ധ തിരിച്ചു. ഒരാൾ ഒരു വലിയ കത്തിയുമായി വരുന്നു, ഡാനി തന്റെ വിധി സ്വീകരിച്ച് മുട്ടുകുത്തിയിരുന്നു,

കഴുത്ത് നീട്ടി കൊടുത്തു.

കൂട്ടുകാർകൂട്ടം അന്ധാളിച്ചു നിൽപ്പാണ്. ഡാനി ചുമ്മാ ഒരു തമാശയ്ക്ക് ചെയ്തതാണെന്ന് ലേസി ഉറക്കെ വിളിച്ച് പറഞ്ഞു. എല്ലാവരും ചേർന്ന് ഡാനിയെ എഴുന്നേൽപ്പിച്ചു, രണ്ട് പേരെയും മുമ്പോട്ടു കൊണ്ടുപോയി. അവിടെ ഒരു മേശയിൽ, ഒരു വലിയ കേക്ക് വച്ചിരിക്കുന്നു, ഡാനിയും ലേസിയും കേക്കിൽ എഴുതി വച്ചിരിക്കുന്ന വാക്കുകൾ കണ്ട് വീണ്ടും ഞെട്ടി; "ഡാനി ലേസി ജോഡിക്ക് ഒരു സ്നേഹസമ്മാനം"

ജിന: 'നിങ്ങളുടെ വിവാഹ വാർഷികം മറന്നുപോയി എന്ന് വിശ്വസിക്കാൻ കഴിയുന്നില്ല!'

ഡാനിയും ലേസിയും അൽപ്പം സമാധാനം വീണ്ടെടുത്തു. ലേസിയെകൊണ്ട് കേക്ക് മുറിപ്പിച്ചു, ശേഷം ആൾക്കൂട്ടം ആ കേക്ക് പിച്ചി ചീന്തി. ദമ്പതികൾ വീണ്ടും അവരുടെ മുറിയിലേക്ക് പോയി.

ഡാനി: 'എന്താണിതൊക്കെ? നമ്മളെ ഒരുമാതിരി പൊട്ടൻ കളിപ്പിക്കുവാ!'

ലേസി: 'ഒന്നും പറയാൻ പറ്റില്ല, നന്നായി ചെയ്യുന്നുണ്ട്. കേക്ക് മുറിച്ചുകഴിഞ്ഞ് കൊല്ലാനായിരിക്കും ഉദ്ദേശം, പെട്ടെന്ന് രക്ഷപെട്ടതു ഭാഗ്യം— ആ പറഞ്ഞത് ഞാൻ തിരിച്ചെടുക്കുന്നു, ഇവിടുന്ന് എങ്ങനെ രക്ഷപെടാനാ!'

ഡാനി: 'ഇത് വലിയ ശല്യമായല്ലോ! എനിക്കിനി ഈ പൂച്ച-എലി കളി തുടരാൻ താൽപ്പര്യമില്ല. മരിക്കും എന്ന ഭയമാണ് മരണത്തെക്കാൾ ഭയാനകം!'

(ആരൊ കതകിൽ തട്ടുന്നു)

ഡാനി ഭയം തീരെയില്ലാതെ കതക് തുറന്നു. ഒരു ചെറിയ കുട്ടി കളിതോക്കുമായി നിൽക്കുന്നു. ഡാനി പെട്ടെന്ന് വാതിലടച്ചു. പേടിച്ച് വിറയ്ക്കാൻ തുടങ്ങി, എന്ത് ചെയ്യണം എന്നറിയാതെ ഡാനി ഓടിച്ചെന്ന് ജനാലയിലൂടെ പുറത്തേക്കു

ചാടി... (വെള്ളം തെറിക്കുന്ന ശബ്ദം)

ഡാനിയെ കപ്പൽ അധികൃതർ വളരെ പ്രയാസപ്പെട്ടു രക്ഷിച്ചു. ലേസി ആകെ നിഷ്ക്രിയമായി നിൽപ്പാണ്. ഡാനിയെ മുറിയിലേക്ക് കൊണ്ടുപോയി, ലേസി അവന്റെയടുത്തിരുന്നു.

ഡാനി: 'ജീവിക്കാനും സമ്മതിക്കില്ല, മരിക്കാനും സമ്മതിക്കില്ല! ഇതെന്ത് വിധി!'

ലേസി: 'നീ എന്ത് പരിപാടിയാ കാണിച്ചത്! എന്നെ പറ്റി എന്തെങ്കിലും ചിന്തയുണ്ടോ നിനക്ക്! എനിക്കും ആ ജനാലയിലൂടെ പുറത്തേക്കു ചാടാൻ പറ്റും, എന്താ കാണണൊ?'

ഡാനി: 'മ്മ് കാണണം'

ലേസി: 'എന്തുവാടാ നിനക്ക്! അവർക്ക് നമ്മളെ കൊല്ലണമെങ്കിൽ എപ്പോഴെ ആകാമായിരുന്നു! അവർക്ക് അങ്ങനെ ഉദ്ദേശമില്ലെന്ന് തോന്നുന്നു! നമ്മൾ വെറുതെ കാടുകയറി ചിന്തിക്കുന്നതിന്റെ കുഴപ്പമാണ്. ഭക്ഷണം കഴിക്കാം'

ഡാനി: 'ശരിയാ വല്ലോം കഴിക്കാം, വിശന്നിട്ട് വയ്യ– അയ്യോ ഇതെന്തുവാ! ജീവനുണ്ടൊ'

ലേസി: (നീണ്ട ശ്വാസം എടുത്തുകൊണ്ട്) 'കണ്ടിട്ട് ഇല്ലാന്ന് തോന്നുന്നു'

ഭക്ഷണം ഇരിക്കുന്ന വലിയ പാത്രം അവർ ജനാലയ്ക്ക് വെളിയിലേക്ക് വലിച്ചെറിഞ്ഞു. എന്താ സംഭവിച്ചത് എന്നാൽ; ഡാനി, തറയിൽ ഒരു കിളി ചത്ത് കിടക്കുന്നത് കണ്ട്, അതവർക്ക് കൊണ്ടുവന്ന ഭക്ഷണം കഴിച്ചാണ് ചത്തത് എന്ന നിഗമനത്തിൽ എത്തുന്നു. അവർ ഉറങ്ങാൻ കിടന്നു, ഒട്ടും സുഖകരമല്ലാത്ത ഉറക്കം ലഭിച്ചു. അടുത്ത ദിവസം രാവിലെ എഴുന്നേറ്റ ഡാനി ആദ്യം കണ്ടത്; ഒരു വലിയ കോട്ട ഒറ്റയ്ക്ക് നിൽക്കുന്ന ഒരു ദ്വീപാണ്. അവിടേക്ക് കപ്പൽ പതുക്കെ

ചലിച്ചു കൊണ്ടിരിന്നു. ഡാനി ഫോണെടുത്തു നോക്കി, സിഗ്നലുകൾ തിരികെ വന്നിട്ടില്ല.

(ആരൊ കതകിൽ തട്ടിയിട്ട് പെട്ടെന്ന് തയ്യാറായി വരാൻ സൗമ്യമായി പറയുന്നു)

അഭിനന്ദ്‌റ്റി

ചലിച്ചു കൊണ്ടിരിന്നു. ഡാനി ഫോണെടുത്തു നോക്കി, സിഗ്നലുകൾ തിരികെ വന്നിട്ടില്ല.

(ആരൊ കതകിൽ തട്ടിയിട്ട് പെട്ടെന്ന് തയ്യാറായി വരാൻ സൗമ്യമായി പറയുന്നു)

# 10

# ഒരു കപ്പൽയാത്ര: ഭാഗം രണ്ട്

ഡാനിയും ലേസിയും തയ്യാറായി കപ്പലിന് പുറത്തിറങ്ങി. ഡാനീടെ കൂട്ടുകാർ അവരെ കൂടെനിർത്തി, രണ്ട് പേരുടെയും വിശന്നിരുണ്ട കണ്ണുകൾ അവർ ശ്രദ്ധിച്ചു. അവരുടെ ചോദ്യങ്ങൾക്ക് മൂളലുകൾ കൊണ്ടും, തല ചൊറിഞ്ഞു കാണിച്ചും മറുപടി നൽകി. ദമ്പതികളുടെ അസ്വസ്ഥത മനസ്സിലാക്കിയ കൂട്ടുകാർ അവരെ ഒറ്റയ്ക്ക് വിട്ടു. കോട്ടയിലെ സൗജന്യ ഭക്ഷണം മതിവരുവോളം കഴിച്ച് അവരുടെ ദിവസങ്ങളോളം നീണ്ടുനിന്ന വിശപ്പിനൊരു അറുതിനൽകി.

കോട്ടയിലെ തിരക്ക് ദമ്പതികൾക്ക് ആശ്വാസം നൽകി. എന്തെന്നാൽ ആ തിരക്കിൽ, ആരും അവരെ അപായപ്പെടുത്തും എന്നവർ കരുതുന്നില്ല. കുറേ ദിവസങ്ങൾക്ക് ശേഷം അവർ അവരുടെ പഴയ ജീവിതത്തിലേക്ക് തിരിച്ചുവന്നു. കോട്ടയ്ക്ക് ചുറ്റും കറങ്ങാൻ ആരംഭിച്ചു, അത് ശരിക്കും ഒരു പഴഞ്ചൻ കെട്ടിടം അല്ലായിരുന്നു, മറിച്ച് പഴയതിനെ വെല്ലുന്ന രീതിയിൽ പണിഞ്ഞെടുത്ത ഒരു പുതിയ ലോകം. പഴയ അനുഭൂതി പകരാൻ ഏതൊ മ്യൂസിയത്തീന്ന് പൊക്കിയ സാധനങ്ങളും അങ്ങുമിങ്ങും വച്ചിട്ടുണ്ട്.

പ്രത്യേകം നിർമ്മിച്ച വൃത്താകൃതിയിലുള്ള പലകകളിൽ നിന്ന് മാജിക് ഷോ അവതരിപ്പിക്കുന്നവരും, കടൽത്തിരമാല ശബ്ദങ്ങളും വേറിട്ട അനുഭവം നൽകുന്നു. മായാജാല കാഴ്ചകളിൽ ഒന്നും തോന്നാത്ത ദമ്പതികൾ കോട്ടയ്ക്കുള്ളിൽ പ്രവേശിച്ചു. മനോഹരവും അസാധാരണവുമായ കോട്ടയുടെ അകം, ഒരു തേനീച്ച കൂടിന്റെ ശൈലിയിലാണ് നിർമ്മിച്ചിരിക്കുന്നത്. പ്രധാന വാതിൽ ഒരു വലിയ മുറിയിലേക്ക് എത്തിക്കുന്നു, ഇരുപത്തിയാറ് വാതിലുകൾ ആ വലിയ മുറിയുടെ ഭിത്തിക്ക് ചുറ്റിനുമുണ്ട്. മുറിയുടെ നടുക്കായി ഒരു ഉയർന്ന മേശയിൽ രണ്ട് കൈകൾ പണിഞ്ഞ്, അതിൽ ഒരു പരന്ന തടിപലകയിൽ നിർദ്ദേശങ്ങൾ എഴുതി വച്ചിരിക്കുന്നു.

പ്രധാന ഉദ്ദേശം എന്തെന്നാൽ; മാസ്റ്റർ വിസാർഡിന്റെ മുറിയിലെത്തുക എന്നതാണ്. ബാക്കി നിർദ്ദേശങ്ങളൊന്നും വായിച്ച് നോക്കാതെ ഡാനി ലേസി, മൂന്ന് അപരിചിതരുമായി കൈകോർത്ത് ഇരുപതാമത്തെ വാതിലിൽ പ്രവേശിച്ചു. ആറ് മതിലുകളാൽ ചുറ്റപ്പെട്ട ഒരു മുറിയിലേക്ക് അവർ പ്രവേശിച്ചു. ആറ് മതിലുകളിൽ ഒരെണ്ണം തടി കൊണ്ട് നിർമ്മിച്ചതാണ്, ഈ വാതിൽ ഒഴിച്ച് ബാക്കിയെല്ലാ വാതിലുകളും ഒരു ആകൃതിയുമില്ലാത്ത കല്ലുകൾ കൊണ്ട് നിർമ്മിച്ചതാണ്. പക്ഷേ, തറ വളരെ പരന്ന കല്ലുകൾ കൊണ്ട് നിറഞ്ഞു കിടക്കുകയാണ്.

അഞ്ചുപേരിൽ ഒരാൾ മുറിയുടെ നടുക്കെത്തിയതും, തറയിലെ ഒരു കല്ല് ചെറുതായി ഒന്ന് താഴ്ന്നു. മുകൾഭാഗത്തെ ഒരു രഹസ്യവാതിൽ തുറന്ന് ഒരു ഭീകര രൂപം പുറത്തേക്ക് ചാടി, ഒപ്പം വല്ലാത്തൊരു ശബ്ദവും. ഡാനി ലേസി ഒഴികെ എല്ലാവരും ഭയന്ന് വിറച്ചു. അവർ തടി വാതിൽ തുറന്ന് അടുത്ത മുറിയിൽ പ്രവേശിച്ചു, നേരത്തെ കണ്ടതുപോലെ തന്നെ ഒരു മുറി. അവർ പതുക്കെ മുമ്പോട്ടുനീങ്ങി; പെട്ടെന്ന്

മുകളിൽനിന്നും കുറേ കല്ലുകൾ താഴേക്ക് വീണു, പക്ഷെ ആർക്കും പ്രശ്നമൊന്നും ഉണ്ടായില്ല, കാരണം ആ കല്ലുകൾ ഇരുമ്പ് കമ്പികളിൽ കോർത്തിട്ടിരിക്കുകയാണ്, അധികം താമസിയാതെ ആ കല്ലുകൾ മുകളിലേക്ക് തിരിച്ചുപോയി, മുറി പഴയത് പോലെയായി.

ഡാനി-ലേസി മറ്റുള്ള മൂന്നുപേരിൽ നിന്നും ധീരതയുടെ പതക്കം നേടി മുന്നേറി. അടുത്ത മുറിയിൽ പ്രവേശിച്ചു; വളരെ ഒത്തൊരുമയോടെ അവർ ഓരൊ ചുവടും വച്ചു. ഈ മുറിയുടെ പ്രത്യേകത എന്തെന്നുവച്ചാൽ, കത്തിജ്വലിച്ചു നിൽക്കുന്ന തീപ്പന്തങ്ങൾ എല്ലാ മതിലുകളിലും പിടിപ്പിച്ചിരിക്കുന്നു എന്നതാണ്. മറ്റ് മുറികളിൽ വൈദ്യുതി ബൾബുകളായിരുന്നു. ഡാനിയും കൂട്ടരും നടന്ന് വാതിലിന്റെ അടുത്തെത്തിയപ്പോൾ തീപ്പന്തങ്ങൾ താഴെവീണു, മധ്യഭാഗം ഒഴിച്ച് അവിടം മുഴുവൻ തീപിടിച്ചു. പെട്ടെന്ന് തന്നെ തീ കെട്ടടങ്ങിയെങ്കിലും, കൂരിരുട്ട് അവരെ വിഴുങ്ങി (ഇരുമ്പ് ചക്രങ്ങൾ കറങ്ങുന്ന ശബ്ദം) തുള്ളി തുള്ളിയായി തീത്തുള്ളികൾ മുകളിൽ നിന്നും വീണുതുടങ്ങി (നിലവിളി) എങ്ങനെയൊ അവർ അടുത്ത വാതിൽ കണ്ടെത്തി തുറന്നു, അടുത്ത മുറിയിൽ പ്രവേശിച്ചു.

നേരത്തെ പെയ്ത തീമഴ ശരിക്കും തീ ആയിരുന്നു, അതവരുടെ ശരീരത്ത് മുറിവുകളുണ്ടാക്കി. ഡാനി ലേസി കോട്ടയിൽ പ്രവേശിച്ചിട്ട് ആദ്യമായി ഭയം പ്രകടിപ്പിച്ചു തുടങ്ങി. പ്രശ്നം കുറച്ചൂടെ കൊഴുപ്പിക്കാൻ; തറയിൽ ഘടിപ്പിച്ചിരുന്ന ഒരു രഹസ്യവാതിൽ തുറക്കുകയും, ഡാനി മാത്രം അതിലൂടെ താഴേക്ക് വീഴുകയും ചെയ്തു. പെട്ടെന്നുതന്നെ ആ രഹസ്യവാതിൽ അടഞ്ഞു. ലേസി കരയാൻ തുടങ്ങി. മുറിയിൽ പെട്ടെന്ന് ഇരുട്ട് പരന്നു, വെളിച്ചം തിരികെ വന്നപ്പോൾ ലേസിയും മാഞ്ഞുപോയി. മറ്റ് അംഗങ്ങൾ പതുക്കെ അടുത്ത മുറിയിലേക്കു പ്രവേശിച്ചു.

ഡാനി എഴുന്നേറ്റു, പ്രത്യേകതരം ഉപകരണങ്ങൾ ഇരിക്കുന്ന ഒരു മുറിയിൽ, ഒരു കസേരയിൽ കെട്ടിയിട്ടിരിക്കുവാണവനെ, കണ്ണിന് ചുറ്റും കട്ടി തുണി കൊണ്ട് കെട്ടിയിരിക്കുവാണ്. നാല് പേർ, വല്ലാത്തൊരു മുഖംമൂടിയും ധരിച്ചു ഡാനീടെ അടുത്തെത്തി. ഡാനി അവരുടെ വരവ് മനസ്സിലാക്കി, നിശബ്ദമായി കിടന്ന ആ സ്ഥലത്ത്, ഒരു മൊട്ടുസൂചി വീണാൽ പോലും കേൾക്കാൻ ഒട്ടും പ്രയാസമില്ലായിരുന്നു.

ഡാനി: 'എന്നെ കൊല്ലല്ലേ! ഞാൻ കരാർ ഉടനെ പിൻവലിക്കാമെ... ലേസിയെ ഒന്നും ചെയ്യരുതെ, ദയവായി കനിവ് കാട്ടണം'

ഒരാൾ: 'നിന്നെ വെറുതെ വിടാൻ സാധിക്കില്ല. ജീവിതത്തിൽ ഇതുവരെ അനുഭവിക്കാത്ത വേദന ഉൾക്കൊള്ളാൻ നീ തയ്യാറായിക്കൊ'

ഡാനി: 'നിനക്കൊക്കെ എന്താടാ കാട്ടാളന്മാരെ! എന്നെ അഴിച്ച് വിടെടാ! എന്നെക്കൊണ്ടാ കരാർ തീർക്കാൻ ഒന്നും സാധിക്കില്ല, പിന്നെ നീയൊക്കെ ആർക്ക് വേണ്ടിയാ! എനിക്കെന്തെങ്കിലും പറ്റിയാൽ ആ കമ്പനി നിങ്ങളെ വെച്ചേക്കില്ല!'

(നിശബ്ദത)

(നാല് മുഖംമൂടി മനുഷ്യരും എന്തൊക്കെയൊ പിറുപിറുത്തു കൊണ്ടിരുന്നു)

ഒരാൾ: 'ആദ്യം നിന്റെ കൈ രണ്ടും വെട്ടും, എന്നിട്ട് കാലുകൾ. സന്തോഷിച്ചാട്ടെ'

ഡാനി പേടിച്ച് നിലവിളിക്കാൻ തുടങ്ങി, രണ്ടുപേർ ഡാനീടെ കയ്യുടെ കെട്ടയച്ചു, ഒരു ഇരുമ്പ് ചങ്ങല കൊണ്ട് വലിച്ച് കെട്ടി, മരം മുറിക്കാൻ ഉപയോഗിക്കുന്ന ഉപകരണം പ്രവർത്തിപ്പിച്ചു. ഡാനി പേടിച്ച് മൂത്രമൊഴിച്ചു, പക്ഷെ അവർ നിർത്തിയില്ല. ഒരുവൻ ഒരു നീല ദ്രാവകം നിറച്ച

സിറിഞ്ചുമായി വന്ന്, ഡാനീടെ ചങ്ങലകെട്ടിയ കൈയിൽ കുത്തിവച്ചു, ഇത് പോലെ മറ്റേ കയ്യിലും, രണ്ട് കാലുകളിലും ചെയ്യ്തു. ഡാനി ഒന്നും അറിഞ്ഞില്ല, സിറിഞ്ച് കുത്തുമ്പോൾ ചങ്ങലകൊണ്ട് വലിച്ച് കെട്ടിയതിനാൽ, രക്തയോട്ടം നിൽക്കുകയയും, വേദന അറിഞ്ഞതുമില്ല. എന്നിരുന്നാലും ഡാനീടെ ബോധം നഷ്ടപ്പെട്ടു.

ഡാനിയെ അവർ കസേരയിൽ നിന്ന് കെട്ടയച്ച് ഒരു പഴയ കാല ഗില്ലിറ്റിനിൽ കെട്ടിയിട്ടു. പണ്ട് കടുത്ത കുറ്റം ചെയ്തവരെ, മുഖംതിരിച്ച് കിടത്തിയിട്ട്, അവരുടെ കഴുത്തിന് മീതെ കയറിൽ ഘടിപ്പിച്ച ഭാരമേറിയ ഒരു വാൾ, ശക്തിയോടെയിടുന്ന ഒരു ശിക്ഷാ ഉപകരണമായിരുന്നു ഗില്ലറ്റിൻ. ഡാനീടെ തലയിലൂടെ ഒരു ബക്കറ്റ് വെള്ളമൊഴിച്ച് അവനെയുണർത്തി, കണ്ണിലെ കെട്ടയച്ചു, നിലവിളി വീണ്ടും ആരംഭിച്ചു. ലോകത്ത് കണ്ടുപിടിച്ച എല്ലാ ചീത്ത വാക്കുകളും ഡാനി പറഞ്ഞു. നേരത്തെ തനിക്ക് നൽകിയ കുത്തിവെപ്പ്, പേശികൾ മരവിപ്പിക്കുന്നതിന് വേണ്ടിയായിരുന്നു, അതുകൊണ്ട് തന്നെ, ഡാനിക്ക് തന്റെ കൈകാലുകൾ ഇപ്പോഴും ശരീരത്തുണ്ടോ എന്നതിൽ സംശയമായിരുന്നു, അതൊന്ന് ശരിവയ്യ്ക്കാൻ തല തിരിക്കാൻ പറ്റാത്ത രീതിയിൽ, ഗില്ലറ്റിന്റെ പലകയിൽ ബന്ദിയായി കിടക്കുവാണ് ഡാനി.

ഡാനി നിലവിളി നിർത്തുന്നു, അവരോട് തന്നെ പെട്ടെന്ന് കൊല്ലാൻ നിർദ്ദേശം കൊടുക്കുന്നു. തന്റെ ഈ അവസ്ഥയ്ക്ക് സ്വയം പഴിച്ച് അവൻ മിണ്ടാതെ കിടന്നു. ഡാനിയുടെ തലയ്ക്ക് താഴെ വച്ചിരിക്കുന്ന പഴയകാല ഇരുമ്പ് ബക്കറ്റിൽ രക്തക്കറ കാണാം, ചുവന്ന കളർ ആയിരിക്കണം. ഗില്ലറ്റിൻ വാളിന്റെ "സ്വിഷ്" ശബ്ദം, ഡാനീടെ തെറിയും നിലവിളിയും മുഖംമൂടിക്കാരുടെ കൂട്ടച്ചിരിയും, വല്ലാത്തൊരു ശബ്ദക്കൂട്ടാണ് സൃഷ്ടിച്ചത്. പക്ഷെ ശരിക്കും, ഗില്ലറ്റിനിൽ

ഘടിപ്പിച്ചിരിക്കുന്ന വാൾ പ്ലാസ്റ്റിക്കാണ്! ഉപകരണത്തിൽ ഘടിപ്പിച്ചിരിക്കുന്ന അനേകം സ്പീക്കറുകളുടെ സഹായത്താൽ, വാൾ താഴേക്കും മുകളിലേക്കും പൊങ്ങുന്ന അനുഭൂതി സൃഷ്ടിച്ചിരിക്കുവാണ്. ഡാനി വീണ്ടും ബോധം നഷ്ടപ്പെട്ടു കിടന്നു. മുഖംമൂടി മനുഷ്യർ ഒരുപാട് ചിരിച്ച് കഴിഞ്ഞ് ഡാനീടെ കെട്ടയച്ച്, ഒരു രഹസ്യവഴിയിലൂടെ കോട്ടയ്ക്ക് പുറത്തെത്തിച്ചു. അപ്പോൾ ലേസി അധികാരികളുമായി വാക്ക് യുദ്ധത്തിലായിരുന്നു.

ഡാനിക്ക് ബോധം വന്നു, ഇപ്പോൾ കപ്പലിലെ മുറിയിലാണ്. കഴുത്തിൽ തൊട്ടു നോക്കുന്നു, നിരാശനാകുന്നു.

ലേസി: 'എന്തേ ഒരു നിരാശ? അത് വെറുമൊരു മത്സരം ആയിരുന്നു, എന്തിനാ ഇത്ര ഭയം?'

ഡാനി: 'അവർ കരുതിക്കൂട്ടി ചെയ്തത് തന്നെയാ! ഞാൻ പേടിക്കേണ്ടത് അവരുടെ ദൗത്യമാണ്. എന്നെ ഇല്ലാതാക്കാൻ അവർ ശ്രമിക്കില്ല, കാരണം അതവരെ അപകടത്തിലാക്കും. ഇപ്പോഴാ ഒരു കാര്യം ഓർത്തത്, എനിക്ക് കുറച്ച് ജോലികൾ ചെയ്യ്തു തീർക്കാനുണ്ട്'

ലേസി: 'ദേ അങ്ങോട്ട് നോക്കിയെ! പ്രമുഖമായ അടിപൊളിക്കൽ ദ്വീപ്'

ഡാനി: 'ഹലോ മാഡം! ഇവിടെ ഉല്ലസിക്കാൻ വന്നതല്ല നമ്മൾ, ഓർമ്മയുണ്ടോ?'

ലേസി: 'കൊല്ലത്തില്ലെന്ന് നീയല്ലെ പറഞ്ഞത്, പിന്നെ എന്തുവാ പ്രശ്നം. ഇതൊരു അവസരമായി കാണൂ. ഇത്തവണ എന്ത് കോപ്രായം കാണിച്ചാലും നിങ്ങൾ ഭയപ്പെടരുത്. തിരിച്ചടിക്കണം'

ഡാനി: 'തീർച്ചയായും. ഇനി ഞാൻ ഭയപ്പെടില്ല. (മൂർച്ച കൂടിയ ഒരു കത്തിയെടുത്ത് കയ്യിൽ പിടിക്കുന്നു) ഇനി ആരെങ്കിലും കോപ്രായവും കൊണ്ട് ഇങ്ങോട്ടുവന്നാൽ ഈ കത്തി ഞാൻ അടിച്ചുകേറ്റി കൊടുക്കും! സത്യമായും'

(നിശബ്ദത)

കപ്പൽ അടിപൊളിക്കൽ ദ്വീപിൽ നങ്കൂരമിട്ടു. ഒരുപാട് കപ്പലുകൾ കൂട്ടായിയുണ്ട്, ഒരു കടൽക്കൊള്ളക്കാർ ശൈലി കപ്പൽ സഹിതം. ഡാനി ഒരു വല്ലാത്ത ചിരി വിടർത്തി ലേസിയോടൊപ്പം ദ്വീപിൽ പ്രവേശിച്ചു. ദമ്പതികളുടെ മുഖത്ത് നല്ല ആത്മധൈര്യം കാണാൻ സാധിക്കും. ദ്വീപ് മുഴുവൻ പനകളും, ആടുന്ന കട്ടിലുകളും, എല്ലാവിധ വാദ്യോപകരണങ്ങളും കൊണ്ട് നിറഞ്ഞതുമാണ്. ഇവിടുത്തെ മറ്റൊരു പ്രത്യേകത എന്തെന്നാൽ വസ്ത്രശൈലിയാണ്, ഡാനി ലേസി ഒഴികെ ബാക്കിയെല്ലാവരും പല പല മൃഗങ്ങൾ, പ്രേതങ്ങൾ, സൂപ്പർ ഹീറോസ്, പുസ്തകങ്ങളിലെ കഥാനായകർ എന്നീ രീതികളിൽ നെയ്തെടുത്ത കുപ്പായങ്ങളിലാണ്.

ലേസി അടിപൊളി കൂട്ടങ്ങളുമായി നൃത്തം കളിക്കാൻ ആരംഭിച്ചു, അതേസമയം ഡാനി ലാപ്ടോപ്പുമായി ഒരു ഏകാന്ത സ്ഥലത്ത് ചെന്നിരുന്നു. തന്റെ ഫോൺ സിഗ്നലുകൾ തിരികെലഭിച്ച സന്തോഷം മുഖത്ത് തെളിഞ്ഞു നിൽക്കുന്നുണ്ട്. അരമണിക്കൂർ കഴിഞ്ഞ് തന്റെ എതിരാളിയെ ഡാനി കണ്ടെത്തി; ഇരുണ്ട നിറത്തിലുള്ള ഗൗൺ അണിഞ്ഞ് ഒരു സ്ത്രീ, ചുറ്റിനും ഇരുട്ട് വ്യാപിപ്പിക്കാൻ തക്ക എന്തോ സാങ്കേതിക വിദ്യയുള്ള ഗൗൺ, കൂടാതെ നീണ്ട് കൂർത്ത നഖം. ഡാനി ആദ്യം പരിഗണിച്ചില്ല എങ്കിലും, തന്നെ തുറിച്ചുനോക്കി ഇരിക്കുന്നത് കണ്ടപ്പോൾ ഗൗനിക്കൽ ആരംഭിച്ചു. ലാപ്ടോപ്പും എടുത്ത് ദൂരേക്ക് നടന്നുനീങ്ങി, അപ്പുറത്തെ ഒഴിഞ്ഞ കടൽതീരത്ത് ചെന്നു. രൂപവും തൊട്ട് പിന്നിലുണ്ട്, ഡാനി ചിരിച്ചുകൊണ്ട് തിരിഞ്ഞ് നിന്നു, അരയിൽ ഒളുപ്പിച്ച കത്തി പുറത്തെടുത്തു.

ഡാനി: 'നിനക്ക് രണ്ടവസരങ്ങൾ തരാം; ഓടിക്കൊ അല്ലെങ്കിൽ കെഞ്ചിക്കൊ'

(നിശബ്ദത)

ഡാനി: (ചിരിക്കുന്നു) 'നിന്റെ കളിപ്പീര് നിർത്തിക്കൊ! എനിക്ക് വേറെ പണിയുണ്ട്, പോ!'

(വീണ്ടും നിശബ്ദത)

ഡാനിക്ക് ക്ഷമ നശിച്ചു, അവൻ ലാപ്ടോപ്പ് താഴെയിട്ട് ഇരുണ്ട വസ്ത്രധാരിക്ക് നേരെയോടി. പക്ഷേ അത് ഒഴിഞ്ഞുമാറി തിരിച്ച്, ഡാനീടെ മുതുകിൽ നഖം കൊണ്ട് കീറി. ഡാനി നിലവിളിച്ചോടി, തിരിഞ്ഞ് നോക്കാതെ ഓടി അടിപൊളി പരിപാടികൾ നടക്കുന്ന സ്ഥലത്തേക്ക് ചെന്നു, പ്രധാന വേദിയിൽ കയറി നിലത്തുവീണു. ജോലി കൂട്ടുകാർ വന്ന് സഹായിക്കാൻ ശ്രമിച്ചെങ്കിലും അവരെ തള്ളിയകറ്റി, എന്നിട്ടവരാണ് ഇതൊക്കെ ചെയ്യ്തതെന്ന് ഉറക്കെ വിളിച്ചു കൂവി. ദ്വീപ് ജനങ്ങൾ എന്തെന്നറിയാതെ നിന്നു, ലേസി ചാടി വേദിയിൽ കയറി, താൻ നിർദ്ദേശവെടി പൊട്ടിച്ചിട്ടുണ്ടെന്നും പറഞ്ഞ് ഡാനിയെ ആശ്വസിപ്പിക്കുന്നു. ദ്വീപ് മരിച്ചതുപോലെയായി, ഒരു മണിക്കൂർ നിശബ്ദനാടകം കഴിഞ്ഞ് കടൽ സേനാംഗങ്ങൾ എത്തി.

ഡാനിയെ ചികിത്സക്കായി കൊണ്ടുപോയി, അവനെ അപായപ്പെടുത്താൻ ശ്രമിച്ചവർക്കെതിരെ ഡാനി മൊഴി നൽകി. കടൽ സേനാ വിഭാഗം അവരുടെ അന്വേഷണം ആരംഭിച്ചു, കൂട്ടുകാരെ ചോദ്യം ചെയ്യ്തു, ഫോണുകൾ പരിശോധിച്ചു. പക്ഷേ ഡാനിയുടെ മൊഴിക്ക് പിന്തുണ നൽകുന്ന ഒന്നും ലഭിച്ചില്ല. രണ്ടാംഘട്ട വിചാരണയിൽ ഡാനിയെ അപകടം നടന്ന സ്ഥലത്തേക്ക് കൊണ്ടുപോയി. ലാപ്ടോപ്പ് അവിടെയെങ്ങും കണ്ടില്ല. ഡാനിക്ക്, തന്റെ സംശയങ്ങൾ സത്യമായിരുന്നു എന്ന് ബോധിച്ചു. കടൽ സേനയുടെ നേതൃത്വത്തിൽ ഡാനിയേയും ഭാര്യയേയും അവരുടെ സ്ഥലത്ത് കൊണ്ടുപോയി വിട്ടു. ദമ്പതികൾ വീട്ടിൽ തിരിച്ചെത്തി.

ഡാനി പോലീസ് സ്റ്റേഷനിലേക്ക് വിളിച്ച്, തന്റെ വീടിന് സുരക്ഷ നൽകാൻ ആവശ്യപ്പെട്ടു, പക്ഷെ തനിക്ക് ലഭിച്ച മോശം ഉത്തരം ഡാനീടെ ചുവന്നുതുടുത്ത മുഖം പറയും. ഡാനി മാനേജറിനെ വിളിച്ച് പ്രോജക്ട് നന്നായി പോകുന്നുവെന്ന് കള്ളം പറഞ്ഞ്, ഒരു വലിയ തുക ആവശ്യപ്പെട്ടു. ഡാനിയുടെ പദ്ധതി വിജയിച്ചു, അവന്റെ ഫോൺ പണമിടപാട് സന്ദേശങ്ങൾ കൊണ്ടുനിറഞ്ഞു. തൊട്ടടുത്തിരുന്ന ലേസി സംഭവം മുഴുവൻ കേട്ടു.

ലേസി: 'എത്ര കിട്ടി?'

ഡാനി: 'അമ്പത്തഞ്ച് ലക്ഷം രൂപ മാത്രം'

ലേസി: 'എന്റെമ്മോ! അപ്പോൾ നീ അന്ന്... കരാർ തീർക്കാൻ കഴിയില്ല എന്ന് പറഞ്ഞതൊ? വെറുതെ പേടിപ്പിക്കാൻ ആയിരുന്നല്ലെ! ഹാ എന്തായാലും എനിക്ക് സന്തോഷമായി'

ഡാനി: 'മ്... ഞാൻ ഈ പണം ഉപയോഗിച്ച് കരിഞ്ചന്തയിൽ നിന്നും തോക്കുകൾ വാങ്ങിക്കാൻ പോകുവാ! നമ്മളെ ആരും സഹായിക്കാൻ വരില്ല, നമ്മൾ തന്നെ അത് ചെയ്യണം'

ലേസി: 'അത് പണ്ടേ അങ്ങനെ തന്നെ അല്ലെ! എന്നാലും ഈ കരിഞ്ചന്തയൊക്കെ ഉള്ളതായിരുന്നൊ? ഭയങ്കര ലോകം തന്നെ!'

ഡാനി സംസാരം നിർത്തിവച്ചിട്ട് ഇന്റർനെറ്റ് തുറന്ന് ചന്തയിൽ തിരയാൻ തുടങ്ങി. കുറേ സമയം തിരഞ്ഞ് തിരഞ്ഞ് എന്തൊ വാങ്ങിച്ചു, അവന്റെ മുഖത്ത് ഒരു ക്രൂര ചിരി നിറഞ്ഞു.

ലേസി: 'നീ എന്തുവാ ഒരുമാതിരി പൊട്ടന്മാരെ പോലെ ചിരിക്കുന്നത്? എന്തുവാ മേടിച്ചത്, പൈസ പോകുന്ന വൃത്തികെട്ട ശബ്ദം കേട്ടല്ലൊ'

ഡാനി: 'ഹാ നേരത്തെ പറഞ്ഞില്ലെ! തോക്ക് വാങ്ങിച്ചു, നാളെ ഞെട്ടാൻ തയ്യാറായിക്കൊ'

ഡാനിയും ലേസിയും കൂടുതൽ സംസാരിക്കാതെ ഉറങ്ങാൻ കിടന്നു. വളരെ ചെറിയ ശബ്ദം പോലും പലതവണ അവരുടെ ഉറക്കത്തെ തല്ലികെടുത്തി എങ്കിലും, ഗബ്രിയലിന്റെ മരണത്തിന് ശേഷം അവർ അനുഭവിച്ചു വരുന്ന കഷ്ടപ്പാടുകൾ, നല്ല ഉറക്കം അവസാനം അവർക്ക് നേടിക്കൊടുത്തു. അടുത്ത ദിവസം രാവിലെ; ഡാനി നേരത്തെ എഴുന്നേറ്റ് സന്തോഷത്തോടെ വീട് വൃത്തിയാക്കി, ഭക്ഷണം പാകം ചെയ്യ്തു, തന്റെ പ്രിയ ഡെലിവറി ബോയിക്ക് വേണ്ടി കാത്ത് നിന്നു... ഉച്ചസമയം ആയിട്ടും അവർ വന്നില്ല, ലേസി ഇപ്പോഴും ഉറക്കത്തിലാണ്, ദൂരെ മരത്തിലിരുന്നു ശബ്ദമുണ്ടാക്കുന്ന മരംകൊത്തിയിൽ നിന്നും, എങ്ങനെ തന്റെ ഉറക്കത്തെ രക്ഷിക്കാം എന്നവൾ ചിന്തിച്ചുകൊണ്ട് കിടക്കുന്നു. ഡാനി ആകെ വിഷമിച്ച് നിന്നു, ഡെലിവറി ഇതുവരെ വന്നില്ല.

ലേസി: 'ഒന്ന് സമാധാനപ്പെട് ഡാനി! അവരുടനെ വരും'

ഡാനി: 'വന്നില്ലെങ്കിലൊ? ഞാൻ ലക്ഷക്കണക്കിന് പൈസ പൊട്ടിച്ചിട്ട് നിൽക്കുവാ! ഞാൻ പൊട്ടനായൊ?'

ലേസി: 'ആ ചോദ്യത്തിന് ഉത്തരം നൽകാനറിയില്ല, വാങ്ങിക്കുന്നതിന് മുമ്പേ അറിയാമായിരുന്ന കാര്യമല്ലേ?'

ഡാനി: (വളരെ പതുക്കെ) 'ശരിയാ... ഞാനാകെ വിഷമിച്ച് പേടിച്ച് നിൽക്കുവായിരുന്നു, ഇതല്ലാതെ എന്താ വേറെ മാർഗ്ഗം. അവന്മാർ ഇനിയും വരും, നമ്മൾ നേരിടാൻ സജ്ജരായിരിക്കണം, അത്രേ ഞാൻ കരുതിയൊള്'

ലേസി: 'നല്ലത് നടക്കാനായി പ്രാർഥിക്കാം—

(ആരൊ കതകിൽ തട്ടുന്നു)

ഡാനി, തനിക്ക് ശത്രുക്കളുള്ള കാര്യമൊക്കെ മറന്ന്, ഓടിച്ചെന്നു വാതിൽ തുറന്നു. ഭാഗ്യത്തിന് അത് ഡെലിവറി ബോയി തന്നെ ആയിരുന്നു. അയാൾ ആ കനംകൂടിയ ബൈൻഡ് പെട്ടി ഡാനിക്ക് നൽകി തിരികെ പോയി. ഡാനി

സന്തോഷം കൊണ്ട് കയ്യിലിരുന്ന പൈസ മുഴുവൻ അയാൾക്ക് ടിപ്പായി നൽകി. ഡാനി മുറിയിൽ ചെന്ന് ദേഷ്യത്തോടെ ആ പെട്ടി പൊട്ടിക്കാൻ തുടങ്ങി. തന്റെ മാസങ്ങളായി വെട്ടാത്ത നഖം അവസാനം ഉപകരിച്ചു. ഡാനി വീണ്ടും നിഷ്ക്രിയമായി പെട്ടിക്കുള്ളിൽ നോക്കിനിന്നു. ജിമ്മിൽ ഉപയോഗിക്കുന്ന ഭാരങ്ങൾക്ക് നടുവിൽ പ്ലാസ്റ്റിക് കവറിൽ പൊതിഞ്ഞ ചുവപ്പ് നിറത്തിലുള്ള വലിയ ഒരു തോക്ക് പ്രൗഢിയോടെ ഇരിക്കുന്നു. ലേസി ഒന്ന് എത്തിനോക്കി, മുറിയിൽ നിന്ന് ഇറങ്ങിയോടി. ഡാനിയുടെ മുഖം വാടിയിരിക്കുന്നു, ഒരുപക്ഷേ താൻ ഒരു കൊടുംകുറ്റവാളിയായി മാറാൻ പോകുന്നതിന്റെ പ്രയാസം ആയിരിക്കും.

എന്നിരുന്നാലും ഡാനി തോക്ക് പുറത്തെടുത്തു; ഡാനിയുടെ കല്ല്യാണദിവസം എടുത്ത ഫോട്ടോയിക്ക് നേരെ ഉന്നം വെച്ചു, വെടിവെച്ചു! ഉഗ്ര ശബ്ദത്തോടെ ആ തോക്ക് തീയുണ്ട പാറിച്ചു. പക്ഷേ ഡാനി ഉദ്ദേശിച്ച ശബ്ദം ഇതായിരുന്നില്ല, ഉരുണ്ടിരിക്കുന്നൊരു പ്ലാസ്റ്റിക് മുത്ത്, ഉരുണ്ട് ഡാനീടെ കാലിൻചോട്ടിലേക്ക് വന്നു. ലേസി തിരികെയെത്തി ചിരിയോ ചിരി. ഡാനി ബോധം നഷ്ടപ്പെട്ടു തറയിൽ മുഖമിടിച്ച് വീണു. ലേസി അവനെ പൊക്കിയെടുത്ത് കട്ടിലിൽ കിടത്തി വെള്ളം മുഖത്തൊഴിച്ചു. കുറച്ചു സമയം കഴിഞ്ഞപ്പോൾ ഡാനിക്ക് ബോധം തെളിഞ്ഞു, ഡാനിയെ വീട്ടിൽ പൂട്ടിയിട്ട് ലേസി വീട്ടീന്ന് എങ്ങോട്ടോ ഇറങ്ങിപ്പോയി.

# 11

## തിരിച്ചടിക്കൽ പദ്ധതി

(ഡാനീടെ ഫോണിൽ കോൾ വരുന്നു) ഡാനി സ്വബോധം നേടിയെടുത്ത് കോൾ എടുത്തു

ഡാനി: 'ഹലോ സാർ... സാർ... ദാ ഇപ്പോൾ തന്നെ അയക്കാം... അഞ്ച് മിനിറ്റ്... ഏയ് സാരമില്ല'

ഡാനി കിടക്കയിൽ നിന്ന് ചാടി എഴുന്നേറ്റ് ലാപ്ടോപ്പ് തുറന്ന് ജോലി തുടങ്ങി. പക്ഷേ അതിൽ എന്താ ചെയ്യേണ്ടതെന്ന് താൻ മറന്നുപോയി, ആകെ വിഷമിച്ച് അവൻ എന്തൊക്കെയോ ചെയ്യാൻ ശ്രമിക്കുന്നു.

(ആരൊ കതകിൽ തട്ടുന്നു)

ഡാനി കതക് തുറക്കുന്നു, ലേസിയെ പ്രതീക്ഷിച്ച അവന് പക്ഷെ ആരേയും കാണാൻ സാധിച്ചില്ല. കതകടച്ചു വീണ്ടും ലാപ്ടോപ്പിൽ കുത്താൻ തുടങ്ങി.

(വീണ്ടും ആരൊ കതകിൽ തട്ടുന്നു)

വീണ്ടും ഡാനി കതക് തുറക്കുന്നു, പിന്നെയും ആരെയും കണ്ടില്ല, കാര്യം അന്വേഷിക്കാൻ അവൻ തീരുമാനിച്ചു. അരയിൽ സൂക്ഷിച്ചിരുന്ന രണ്ട് മൂർച്ചയുള്ള കത്തി കയ്യിലെടുത്തു, പതുക്കെ വീട്ടിൽ തിരച്ചിൽ ആരംഭിച്ചു. കുറച്ചു തിരഞ്ഞ് കഴിഞ്ഞപ്പോൾ തന്നെ പിറകിൽ നിന്നാരൊ, തന്നെ വീക്ഷിക്കുന്ന പോലെ അവന് തോന്നി. തിരിഞ്ഞപ്പോൾ ആ

രൂപം, അടിപൊളിക്കൽ ദ്വീപിൽ വച്ച് കണ്ട അതേ രൂപം. ഡാനി ധൈര്യത്തോടെ കാര്യങ്ങൾ കൈകാര്യം ചെയ്യാൻ തീരുമാനിച്ചു

ഡാനി: 'നോക്കു കുട്ടി, ഈ കോപ്രായങ്ങൾ കാട്ടി പേടിപ്പിക്കാൻ ഞാൻ വെറും മണ്ടനല്ല! എനിക്ക് മാപ്പ് തരണം, നിന്നെ കൊല്ലാതെ എന്റെ പക തീരാൻ പ്രയാസമാണ്, നിന്നെ ഇങ്ങോട്ടയച്ച ക്രൂരന്മാർക്ക് ഒരു കൊട്ട് കൊടുത്തേ മതിയാകു'

ഡാനി പതിയെ നടന്ന് രൂപത്തിന്റെ അടുത്ത് ചെല്ലുന്നു, ആ ഉരുകിവീഴുന്ന ഇരുട്ട് ഡാനീടെ ധൈര്യം നന്നായി കുറച്ചിട്ടുണ്ട്. ഡാനി, കയ്യിലിരുന്ന കത്തികളിൽ ഒരെണ്ണമെടുത്ത് അതിനെ ശക്തമായി എറിയുന്നു, എന്നാൽ കത്തി മതിലിൽ തളച്ചിരിക്കുന്നു. ഡാനി വിയർത്ത് കുളിക്കാൻ തുടങ്ങി, ആ രൂപം വലുതായിട്ട് ഡാനീടെ മേൽ ചാടിവീണു. നിലത്തുവീണ ഡാനി തറയിൽ കിടന്നുരുളാൻ തുടങ്ങി, അതേസമയം ആ രൂപം അവന്റെ മുതുകിൽ കുത്തികീറി കളിച്ചു. ഡാനിയുടെ ബോധം നഷ്ടപ്പെട്ടു. രൂപം അപ്രത്യക്ഷമായി.

കുറച്ചു സമയം കഴിഞ്ഞപ്പോൾ ലേസി തിരികെവന്നു. ആംബുലൻസ് വിളിച്ച് ഡാനിയെ അടുത്ത ആശുപത്രിയിൽ കൊണ്ടുപോയി. ഡോക്ടർമാർ വിവിധതരം പരിപാടികൾ അവനിൽ ചെയ്യാൻ തുടങ്ങി. കൂറേ മാസങ്ങളായി അനുഭവിച്ച പട്ടിണി ഡാനീടെ ശരീരത്തിലെ പേശികളുടെ ബലം നന്നായി കുറച്ചിരുന്നു, ആയതിനാൽ കൃത്രിമ സാമഗ്രികൾ ഉപയോഗിച്ച് മുറിവുകൾ നികത്തി. കണ്ണ് നിറയ്ക്കുന്ന ബില്ല് തങ്ങളുടെ പുതിയ വീടിന്റെ താക്കോൽ വെച്ചടച്ച്, രണ്ടുപേരും ഒരു വനത്തിനുള്ളിലെ റിസോർട്ടിൽ അഭയംതേടി. ഡാനി ഒന്നും മിണ്ടാതെ തലതാഴ്ത്തി ഇരുന്നു, മണിക്കൂറുകൾ കഴിഞ്ഞ് തനിക്ക് സംസാരശേഷി വീണ്ടും ലഭിച്ചു.

ഡാനി: 'അവർ പാവങ്ങളായിരുന്നു... നമ്മൾ വെറുതെ അവരെ സംശയിച്ചു'

ലേസി: 'നോക്ക് ഡാനി, ഞാൻ ഇല്ലാതിരുന്ന സമയം എന്ത് സംഭവിച്ചു എന്നെനിക്ക് അറിയേണ്ട. പക്ഷേ നിന്റെ മാനേജർ ഇന്നലെ എന്നെ വിളിച്ചിരുന്നു, കരാർ പ്രകാരമുള്ള ജോലി ഇന്നലെ തന്നെ ചെയ്യുക അല്ലെങ്കിൽ പണം പിഴ സഹിതം തിരികെ നൽകുക, എന്നീ രണ്ട് അവസരങ്ങൾ നൽകിയിരുന്നു. പൈസ എങ്ങനെ കൊടുക്കാം എന്ന് വല്ല ധാരണയും ഉണ്ടോ? ഇനി എന്തെങ്കിലും വിൽക്കാനുണ്ടോ'

ഡാനി: 'എന്റെ കയ്യിലാകെ ഏകദേശം അഞ്ച് ലക്ഷം രൂപ കാണും. അവസാനം നമ്മൾ പിടികിട്ടാപ്പുള്ളികൾ ആയി മാറി!'

ലേസി: 'അതെന്താ ആ രൂപം നിങ്ങളുടെ മുമ്പിൽ മാത്രം പ്രത്യക്ഷപ്പെടുന്നത്? എന്റെ മുമ്പിൽ വരാൻ ഭയമാണോ?'

ഡാനി: (നന്നായി ആലോചിക്കുന്നു) 'നീ പറഞ്ഞത് ശരിയാണല്ലൊ! നീ എന്റെയൊപ്പം നിൽക്കുവാണേൽ അതിനി പ്രത്യക്ഷപ്പെടില്ല. പിന്നെ, ഈ രൂപവും മറ്റും എന്റെ വെറും തോന്നലുകൾ മാത്രമാണോ എന്ന് സംശയമുണ്ട്. ഭ്രാന്ത്?'

ലേസി: 'ഭ്രാന്തിന് നിങ്ങളുടെ മുതുകിൽ അമ്പത് ദ്വാരമിടാൻ പറ്റുമൊ!'

ഡാനി: 'നീ എന്റെ ഒപ്പം നിൽക്ക്'

ലേസി തലയാട്ടി സമ്മതം അറിയിച്ചു. അവർ ഒരുമിച്ചുള്ള ജീവിതം ആരംഭിച്ചു, ഒരു സന്ദർഭത്തിൽ പോലും തനിച്ചാവാൻ അവർ വിസമ്മതിച്ചു. ഡാനിക്ക് ധൈര്യം തിരികെ കിട്ടി, രണ്ട് പേരും റിസോർട്ടിനു ചുറ്റും നടന്ന് കാഴ്ചകൾ കണ്ടു, തിരിച്ച് മുറിയിൽച്ചെന്ന് ദാമ്പത്യ കുസൃതികളിൽ ഏർപ്പെട്ടു. ഒരു പുതിയ തുടക്കം അവരുടെ ജീവിതത്തിൽ എത്തിയെന്നവർക്ക് തോന്നിത്തുടങ്ങി. ഡാനിക്കൊരു അജ്ഞാത കോൾ വന്നു, പക്ഷേ തിരിച്ച് വിളിക്കാൻ കഴിയുന്നില്ല. ഡാനി ആവതും ശ്രമിച്ചു. ഡാനീടെ ധൈര്യം നിറഞ്ഞ മുഖം പെട്ടെന്ന്

ഭീരുവിന്റെ മുഖം പോലെ മാറാൻ തുടങ്ങി.

(തറയിലൂടെ വലിച്ചിഴക്കുന്ന ശബ്ദം) കട്ടിലിനടിയിൽ നിന്നാരൊ ഡാനീടെ കാലിൽ പിടിച്ച്, തറയിലേക്കിട്ടു, കട്ടിലിനടിയിലേക്ക് വലിച്ചു കൊണ്ടുപോയി. ലേസി പെട്ടെന്ന് ചാടിയെഴുന്നേറ്റ് ഡാനീടെ പേരും വിളിച്ച് കരയാൻ തുടങ്ങി. പെട്ടെന്ന് ഒരു ഭീകരരൂപം; ചാര നിറത്തിലുള്ള വള്ളികളുമണിഞ്ഞ് കട്ടിലിനടിയിൽ നിന്ന് ഉയർന്നുവന്നു. അതിന്റെ ഇരുണ്ടുമൂടിയ മുഖത്ത് നിന്ന് രക്തം പൊടിഞ്ഞുകൊണ്ടിരുന്നു, ലേസിയെ ലക്ഷ്യമാക്കി നടന്നുവന്നു, അവൾ കൈകൊണ്ട് രൂപത്തിന്റെ മുഖം തുടച്ചുകൊടുത്തു. ആ രൂപം ചിലന്തിവലയിലും പൊടിയിലും കുടുങ്ങിപ്പോയ ഡാനി ആയിരുന്നു. ഡാനി കട്ടിലിനടിയിൽ നോക്കി വിയർക്കാൻ തുടങ്ങി. ഒരു ഇരുണ്ട കൈ, കട്ടിലിനടിയിൽ നിന്നും നീണ്ട് നീണ്ട് അവർക്ക് നേരെ വന്നുകൊണ്ടിരുന്നു. മറ്റൊന്നും ചിന്തിക്കാതെ അവർ രണ്ടും ജനാലയിലൂടെ പുറത്തേക്കു ചാടി.

കാട്ടിനിടയിലൂടെ നഗ്നരായി അവർ ഓടി, പലരുടേയും ശ്രദ്ധ പിടിച്ചുപറ്റി. നന്നായി അലങ്കരിച്ച ഒരു ഗുഹയിൽ അഭയംപ്രാപിച്ചു, അവരെ പിന്തുടർന്ന ഫോറസ്റ്റ് ഓഫീസറുമാർ അവരെ ഫോറസ്റ്റ് ഓഫീസിൽ കൊണ്ടുപോയി, അങ്കിൾ സാമിനെ വിളിച്ചുവരുത്തി കൂടെ വിട്ടു. സാമിന്റെ ഭാര്യ മൂന്ന് വർഷം മുൻപ് മരിച്ചു, കുട്ടികൾ ഇല്ലായിരുന്നു.

സാം: 'നഗ്നരായി കാട്ടിലൂടെ ഓടുക! എന്താ നിങ്ങൾക്ക് പറ്റിയത്?'

ലേസി: 'ആ ഇരുണ്ട രൂപം ഞങ്ങളെ ആക്രമിച്ചു! ഞങ്ങൾ പിന്നെ എന്ത് ചെയ്യാനാ! അങ്കിൾ ഞങ്ങളെ രക്ഷിക്കണം. ഈ പ്രേത വിഷയവുമായി ബന്ധപ്പെട്ട ആരെയെങ്കിലും അറിയാമെങ്കിൽ ഒന്ന് കൊണ്ടുവരൂ'

സാം: 'സമാധാനിക്ക് മോളെ, ഞാൻ നോക്കാം. ഡാനിക്ക് എങ്ങനെയുണ്ട്

ഡാനി: 'കുഴപ്പമില്ല അങ്കിൾ, ദയവായി പോയി ഒരാളെ കൊണ്ടുവാ'

സാം പെട്ടെന്ന് തന്നെ അവിടെ നിന്ന് പുറത്തുപോയി. ഡാനീടെ മുഖം മുഴുവൻ കഴിഞ്ഞ തവണ മുഖമിടിച്ച് കട്ടിലീന്ന് വീണപ്പോൾ പറ്റിയ പരിക്കുകളാണ്. ലേസി ആ നീരുവച്ച ഭാഗങ്ങളിൽ ചൂട് വെച്ചുകൊടുത്തു.

ഡാനി: 'നീ കണ്ടായിരുന്നോ അതിനെ?'

ലേസി: 'കണ്ടു. ഞാൻ കരുതിയപോലെ ഒരു രൂപമായിരുന്നില്ല. ഈ സാധനങ്ങൾ ഇപ്പോഴുമുണ്ടോ!'

ഡാനി: 'നമ്മളെ സഹായിക്കാൻ പറ്റിയ ഒരാളെ എനിക്കറിയാം. നാളെ അവനെ കാണാൻ പോകാം. അങ്കിളിനോട് പറഞ്ഞൊരു വണ്ടി ഏർപ്പാടാക്കണം, കൂട്ടുകാരന്റെ വീട്ടിൽ പോകാനാണെന്ന് പറഞ്ഞാൽ മതി'

ലേസി: 'ഇങ്ങനൊരു കൂട്ടുകാരൻ നിനക്കുണ്ടായിരുന്നോ? മന്ത്രക്കാരനാണൊ?'

ഡാനി: 'ഏയ് അവനൊരു എഴുത്തുകാരനാണ്, പക്ഷെ ഈ വക കാര്യങ്ങളിൽ നല്ല വിവരമുള്ളവനാ'

അവരുടെ ആ ചെറിയ സംസാരത്തിന് ശേഷം, ചെറിയ ഉറക്കത്തിലേക്ക് പ്രവേശിച്ചു. സാം തിരികെ വന്നു. അങ്കിളിന്റെ സാന്നിധ്യം അവരെ ഉണർത്തി, അവർ അദ്ദേഹത്തെ തുറിച്ചുനോക്കി നിന്നു, നല്ല വാർത്ത കേൾക്കാനായി കാതുകൾ കൂർപ്പിച്ചു.

സാം: 'ക്ഷമിക്കണം മോനെ. അവരെല്ലാം എന്നെ ഭ്രാന്തൻ എന്ന് വിളിച്ചു. നിങ്ങളിങ്ങനെ തുറിച്ചു നോക്കാതിരി, ഞാൻ വിവിധതരം പ്രേത വിദ്വാൻമാരെയും കണ്ടു. അതിൽ ചിലരുടെ വാക്കുകൾ ഇങ്ങനായിരുന്നു; കംപ്യൂട്ടർ ഗ്രാഫിക്സിന് കാശില്ലെ, അവിടെ ഒരു ഭ്രാന്താലയമുണ്ട്, ഞാൻ

സിനിമാ സംവിധായകൻ അല്ല, അല്ലെയോ നക്ഷത്രങ്ങളെ ഇവൻ ആരാണെന്ന് എനിക്കറിയാം- മദ്യം നൽകു. അവസാനം എന്നിൽ നിന്ന് അയ്യായിരം രൂപ മേടിച്ചിട്ട് ഇത് എഴുതിയെടുക്കാൻ നിർദ്ദേശിച്ചു, ഇതാ വായിച്ചു നോക്ക് (സാം പോക്കറ്റിൽ നിന്നും നാലായി മടക്കിയ കടലാസെടുത്ത് ഡാനിക്ക് നൽകി, അവനത് ഉച്ചത്തിൽ വായിക്കാൻ ആരംഭിച്ചു)

"ആദ്യമായി, മൂക്കിന്റെ വലുപ്പമുള്ള ഒരു അലുമിനിയം പെട്ടി സംഘടിപ്പിക്കുക. നേരെ ഇഷ്ടമുള്ള ഒരു ബീച്ചിലേക്ക് പോവുക, അവിടെ നിന്ന് ഒരു ടേബിൾസ്പൂൺ മണൽ ശേഖരിക്കുക. നേരെ കടലിലേക്കിറങ്ങി അഞ്ച് തവണ മുങ്ങിപ്പൊങ്ങുക. ഒരു കപ്പ് കടൽ വെള്ളം കുടിക്കുക, എന്നിട്ട് അര മണിക്കൂർ പ്രാർത്ഥിക്കുക. ആദ്യ ഘട്ടം കഴിഞ്ഞു.

രണ്ടാമതായി, ഒരു ഭൂപടം സംഘടിപ്പിക്കുക; അതിൽ നിന്ന് താങ്കളുടെയെടുത്ത് സ്ഥിതിചെയ്യുന്ന അഗ്നിപർവ്വതം കണ്ടെത്തുക, എന്നിട്ട് ഏറ്റവും ദൂരെ സ്ഥിതിചെയ്യുന്ന അഗ്നിപർവ്വതം ലക്ഷ്യമാക്കി പോവുക. അവിടെ ചെന്നിട്ട് അതിനു മുകളിൽ വലിഞ്ഞുകയറുക; എന്നിട്ട് ഉറഞ്ഞ അഗ്നിദ്രാവകം കുറച്ച് തോണ്ടിയെടുക്കുക, ഒരു മണിക്കൂർ പ്രാർത്ഥിക്കുക, വലിച്ചെറിയുക. താഴേക്കിറങ്ങുക, ഒരു കൈപ്പിടി മണൽ എടുക്കുക, അലുമിനിയം പെട്ടിയിലിട്ട് വെയ്ക്കുക. രണ്ടാം ഘട്ടം കഴിഞ്ഞു.

മൂന്നാമതായി, ഭൂപടം എടുക്കുക, നിങ്ങളുടെ സ്ഥലത്തിനടുത്ത് സ്ഥിതി ചെയ്യുന്ന ഏറ്റവും ഉയരം കൂടിയ കുന്നിന്റെ മുകളിൽ പോവുക. പക്ഷേ, വീട്ടിൽ നിന്ന് ഈ കുന്നിന്റെ മുകളിൽ വരെ, നടന്നേ പോകാവു. മുകളിലെത്തിയാൽ ഉടൻ അവിടെ മധ്യഭാഗത്ത് കിളിച്ച് നിൽക്കുന്ന ഒരു പുല്ലിൻകഷ്ണം കണ്ടെത്തുക. ഈ പുൽ, കുന്നിൽ മഴ വർഷിക്കുമ്പോൾ ആദ്യം

നനയുന്നതായിരിക്കണം, കാറ്റിന്റെ ലാളന ആദ്യം ലഭിക്കുന്നതും ഈ പുല്ലിനായിരിക്കും. ഇത് പറിച്ചെടുത്ത് ഒരു മണിക്കൂർ പ്രാർത്ഥിക്കുക, ഒറ്റക്കാലിൽ നിന്നുകൊണ്ട്. ശേഷം പെട്ടിയിലിടുക, മൂന്നാം ഘട്ടം കഴിഞ്ഞു.

നാലാമത്തെയയും അവസാനത്തെയയും ഘട്ടത്തിൽ, ഭൂപടം എടുക്കുക, അടുത്തുള്ള മരുഭൂമി കണ്ടെത്തുക, ഒറ്റയ്ക്ക് വെറുംകാലിൽ ആ മരുഭൂമിയിലൂടെ നടക്കുക. മധ്യഭാഗത്ത് എത്തുമ്പോൾ, ഒരുപിടി മണൽ വാരി അത് പെട്ടിയിലിടുക, നന്നായി ഇളക്കുക. വലത്തെ കയ്യിലേക്ക് ഇടുക, മുറുകെ പിടിക്കുക എന്നിട്ട് ഈ മന്ത്രം ഉരുവിടുക 'ഞാഒ, രുമൊ, ണയാ' നല്ല വേഗത്തിൽ ഉരുവിടുക. എന്നിട്ട് വലത്തെ കൈ തുറക്കുക, കുഴച്ചുവെച്ച കൂട്ട് ഒരു ചെറിയ തുണിയിൽ പൊതിഞ്ഞ്, അതെടുത്ത് കുത്തികേറ്റുക താങ്കളുടെ— (ഡാനി വായന നിർത്തുന്നു; ഒരു വാക്ക് മാത്രം ശേഷിക്കെ)

ഡാനി കടലാസ് വലിച്ച് കീറുന്നു. സാമിന്റെ ചിരിക്കുന്ന മുഖത്തേക്ക് തുറിച്ചുനോക്കുന്നു.

സാം: 'ക്ഷമിക്കണം മോനെ, നിന്നെ വിഷമിപ്പിക്കാനല്ല, പറ്റിപ്പോയി'

ലേസി: 'എവിടെ തിരുകികയറ്റുന്ന കാര്യമാ അതിൽ പറഞ്ഞത്? കടലാസിൽ ഇല്ലായിരുന്നൊ? അങ്കിൾ'

(വല്ലാത്തൊരു നിശബ്ദത)

സാം, ഡാനി, ലേസി ചർച്ച നിർത്താൻ തീരുമാനിച്ചു, ദിനം അവസാനിപ്പിച്ചു. അടുത്ത ദിവസം രാവിലെ, ഡാനി ഉറക്കം എഴുന്നേറ്റ് ലേസിയേയും എണീപ്പിച്ചു, പുതിയ വസ്ത്രം ധരിച്ചു, സാമിന്റെ കാറിൽ പുറപ്പെടുന്നു; സാം സുഖമായി ഉറങ്ങിക്കിടന്നു. ഡാനി കുറേനേരം വണ്ടിയോടിച്ച് അവസാനം, ഒരു രണ്ടുനില വീടിന് മുൻപിൽ നിർത്തുന്നു, പക്ഷെ കാറിന് പുറത്തിറങ്ങാൻ മടി കാട്ടുന്നു.

ലേസി: 'മേൽവിലാസം വല്ലോം തെറ്റിയൊ? എന്ത് പറ്റി പെട്ടെന്ന്?'

ഡാനി: 'ഏയ് ഒന്നുമില്ല, അവനെ കാണുന്നത് അത്ര നല്ല തീരുമാനമാണോ എന്നൊരു ശങ്ക. അവൻ ഭയങ്കര പടിപ്പിയാണ്, മടുപ്പിക്കുന്ന ഫിലോസഫി തള്ള് കോരി ഒഴിക്കാൻ അവനൊരു മടിയും കാണിക്കാറില്ല. കൂടാതെ ഞങ്ങൾ, വർഷങ്ങളായി ബന്ധപ്പെട്ടിട്ട്. എന്റെ സഹപാറി ആയിരുന്നു, പക്ഷെ വലിയ കൂട്ടൊന്നും ഇല്ലായിരുന്നു. ഞാൻ ചെറുതായി പോകുമൊ അവന് മുമ്പിൽ?'

ലേസി: 'നമ്മൾ രണ്ടും കാട്ടിൽ നഗ്നരായി ഓടിയത് മറന്നൊ നീ? അതൊക്കെ ആരൊ സോഷ്യൽ മീഡിയയിലിട്ട് കോടിക്കണക്കിന് വ്യൂസ് നേടി'

ഡാനി കാറിന്റെ വാതിൽതുറന്നു, ധൈര്യത്തോടെ പുറത്തേക്കിറങ്ങി. വീടിന്റെ കട്ടിയുള്ള ഗേറ്റ് തള്ളിത്തുറന്ന് അകത്തുകയറി. ലേസി പിന്നാലെ ചെന്നു. ഡാനി ബെൽമുഴക്കി, കാത്തുനിന്നു. അതേസമയം ലേസി, കതകിന്റെയടുത്ത് പിടിപ്പിച്ചിരുന്ന ഒരു ഷെൽഫിലിരിക്കുന്ന പുസ്തകങ്ങളിലേക്ക് തുറിച്ചു നോക്കിക്കൊണ്ട് നിന്നു

ലേസി: 'ഇത് അദ്ദേഹമല്ലെ! മറ്റേ പ്രമുഖ നോവൽ സീരീസ് ഇറക്കിയ നോവലിസ്റ്റ്?'

ഡാനി: 'എനിക്ക് കൂടുതലൊന്നും അറിയില്ല! എഴുതുമെന്ന് അറിയാം'

ലേസി: 'മറ്റേ സയൻസ് ഫിക്ഷൻ സീരീസ്, ഇദ്ദേഹത്തിന് പ്രേതകഥകൾ അറിയാമെന്ന് ആരാ പറഞ്ഞത്, എനിക്ക് തോന്നുന്നില്ല. എന്നാലും നിങ്ങൾ പുള്ളിയുടെ സഹപാറി ആയിരുന്നുവെന്ന് വിശ്വസിക്കാൻ കഴിയുന്നില്ല!'

ഡാനി: 'എന്നാ പിന്നെ പോകാം നമ്മുക്ക്'

ഡാനി ലേസി ഗേറ്റിനടുത്ത് എത്താറായപ്പോൾ പ്രധാന വാതിൽ തുറന്നു, ഒരു ചെറുപ്പക്കാരൻ നാടകീയ രീതിയിൽ

പുറത്തേക്ക് വന്നു

അവൻ: 'ഡ്ാനി, നീയൊ. എവിടെ പോകുന്നു, കേറിവാടാ നിന്റെ പെണ്ണിനേം കൊണ്ട്

ഡ്ാനീടെ മുഖത്ത് സന്തോഷത്തിൽ കുതിർന്ന ഒരു ചിരി വിടരുന്നു. മൂവരും വീടിനുള്ളിൽ പ്രവേശിക്കുന്നു.

ഡ്ാനി: 'നിനക്ക് സുഖമാണൊ? പുസ്തകങ്ങൾ ഒക്കെ എങ്ങനെ പോകുന്നു?'

അവൻ: 'അവരെല്ലാം കുളിക്കാൻ പോയി, ഉടനെ ഇങ്ങ് എത്തിക്കോളും'

(വല്ലാത്തൊരു നിശബ്ദത)

ലേസി: 'സാർ ഞാൻ അങ്ങയുടെ പുസ്തകങ്ങളുടെ ഒരു ആരാധികയാണ്. ഡ്ാനിക്ക് ഒരു സഹായം വേണം'

ഡ്ാനി: 'ഒരു ഇരുണ്ട രൂപം ഞങ്ങളെ ആക്രമിക്കുവാണ്, എന്റെ മാതാപിതാക്കളെ അത് കൊന്നു. ഇപ്പോൾ ഞങ്ങൾക്ക് നേരെയാ! അതിന്റെ ഉദ്ദേശം മനസ്സിലാക്കാൻ എന്ത് ചെയ്യും? എങ്ങനെ അതിനെ പ്രതിരോധിക്കാം?'

അവൻ: 'നിങ്ങൾ ചീത്ത ഊർജ്ജം എന്ന് കേട്ടിട്ടുണ്ടോ? അതെന്താണെന്ന് വച്ചാൽ ഈ ആത്മാവും മറ്റേതും ഒന്നുമല്ല, മറിച്ച് ജീവിച്ചിരിക്കുന്ന ഒരാളുടെ ശരീരത്തിന് ചുറ്റും രൂപപ്പെടുന്ന ഒരു ഊർജ്ജ രൂപമാണ്. ഈ രൂപത്തിലാണ് മനുഷ്യന്റെ മോശം രീതികളായ ഭയം, അഹങ്കാരം, കാമം, ആർത്തി തുടങ്ങിയവ നിറയുന്നത്. പിന്നെ ഈ രൂപത്തിനെ വളർത്തുന്നത് വിവരണങ്ങളാണ്'

ഡ്ാനി: (ഉറക്കം വരുന്ന പോലെ കാണിക്കുന്നു) 'ഈ പഠിപ്പിക്കൽ ഒന്ന് നിർത്താമൊ ദയവായി! നീ ഈ വിവരണ ഫിലോസഫി വച്ചെത്ര പേരെ വെറുപ്പിച്ചു, മതിയായില്ലെ! മറ്റെന്തെങ്കിലും പറയാനുണ്ടൊ'

ലേസി: 'സാറിനെ അപമാനിക്കാതിരി ഡ്ാനി, നമ്മുടെ ഒട്ടും ഒന്നൂടെ ആലോചിച്ചു നോക്ക്'

അവൻ: 'അത് കാര്യമാക്കേണ്ട. ഡാനീടെ വാ പൊത്തി പിടിച്ചേക്ക് (ലേസി ഡാനീടെ വാ പൊത്തുന്നു) മോശമായ വിവരണങ്ങൾ ചീത്ത ഊർജ്ജം നിലനിർത്താൻ അനിവാര്യമാണ്, ഇല്ലെങ്കിൽ അത് കെട്ടുപോകും'

ലേസി: 'സാർ, അല്പം ലഘൂകരിച്ചു പറയാമൊ?'

അവൻ: 'ഞാൻ പറയാൻ ഉദ്ദേശിച്ചത്, നിങ്ങളെ ആരും തന്നെ പിന്തുടരുന്നില്ല! നിങ്ങൾ എന്തിനെയാണൊ ഭയപ്പെടുന്നത് അത് നിങ്ങളുടെ തന്നെ സൃഷ്ടിയാണ്, വിവിധ വിവരണങ്ങളിൽ നിന്നുണ്ടായ സൃഷ്ടി. ഹാ നിങ്ങളിങ്ങനെ മണ്ടന്മാരെപ്പോലെ നോക്കാതിരി! ഞാനൊരു ഉദാഹരണം പറയാം... നിങ്ങൾ പ്രേതം എന്ന് കേട്ടിട്ട് പോലുമില്ല എന്ന് കരുതുക, അങ്ങനെയെങ്കിൽ നിങ്ങൾ ഇരുട്ടിനെ ഭയക്കില്ല, എല്ലാവിധ ഭയപ്പെടൽ മത്സരങ്ങളിലും നിങ്ങൾ ഇറങ്ങും. ചില മോശം വിവരണങ്ങളിലുള്ള അറിവ്, നിങ്ങളുടെ പ്രേത അറിവും ഭയവുമാണ് നിങ്ങളുടെ ഇപ്പോഴത്തെ ഭയത്തിന് കാരണം. പ്രേതങ്ങൾ ശരിക്കും ഇല്ല!'

ലേസി: 'പക്ഷെ ആരാണി വിവരണങ്ങൾ ഉണ്ടാക്കുന്നത്? അതിന്റെ ആവശ്യകത എന്താണ്'

അവൻ: 'ചീത്ത വിവരണങ്ങൾ പല സാധനങ്ങളിലും, മനുഷ്യരിലും, രൂപങ്ങളിലും സൃഷ്ടിക്കപ്പെടുന്നു. ശവപ്പറമ്പിൽ രാത്രി ദുഷിച്ച ശക്തികൾ കുടികൊള്ളുന്നു എന്ന് പലരും കരുതുന്നു. ഈ ഭയം ഇരുട്ട് പരക്കുന്ന എല്ലാ സ്ഥലങ്ങളിലും വ്യാപിക്കുന്നു. ഡാനി, അടുത്ത ഉദാഹരണം ശ്രദ്ധിച്ചു കേൾക്കണം; സ്വയം കഷ്ടപ്പെട്ടു തന്റേയും സമൂഹത്തിന്റേയും ഉന്നതിക്കായി നന്നായി പഠിക്കുന്ന കുട്ടികൾക്ക് ചുറ്റും, ചീത്ത വിവരണങ്ങൾ നിർമ്മിക്കപ്പെടാറില്ലെ. അസൂയയും മടിയും നിറഞ്ഞ, പിന്നെ തന്റെ കഴിവിനെ ഭയം കാരണം മറച്ചുപിടിക്കുന്ന പൊക്കി കുട്ടികൾ അവരെ പൊട്ടന്മാർ, മടുപ്പിക്കുന്നവർ എന്നിങ്ങനെ

മുദ്രകുത്താറില്ലെ, അത്തരം പ്രയോഗങ്ങൾ അവർക്ക് ചുറ്റും ഒരു മോശം വിവരണവലയം സൃഷ്ടിക്കുന്നു'

ഡാനി: 'സമ്മതിച്ചു, സോറി. ശരിയാ, ഞാനെന്റെ കഴിവുകൾ മറച്ചുപിടിച്ച് നിന്നെയും ബാക്കി കഴിവുള്ളോരെയും വെറുപ്പികൾ എന്ന് വിളിച്ച് കളിയാക്കിട്ടുണ്ട്. ഞാൻ ഒരു മായാജാല പൊടി ഉപയോഗിച്ച് നല്ല മാർക്ക് വാങ്ങി എന്നും പറഞ്ഞ് ഫലിപ്പിച്ചിട്ടുണ്ട്, എന്റെ കഴിവിനെ മറച്ചുപിടിക്കാനായി. ആ മായാജാല അവലോസ് പൊടി വിറ്റ് കാശാക്കുകയും ചെയ്യ്തിട്ടുണ്ട്, അത് നീയും വാങ്ങി, മരമണ്ടാ! പിന്നെ മറ്റൊരു കാര്യം (ഡാനി ദേഷ്യത്തോടെ തന്റെ ഉടുപ്പ് വലിച്ചൂരി തന്റെ യുദ്ധക്കളമായ മുതുക് കാണിച്ച് കൊടുത്തു) ഇതും വിവരണങ്ങൾ ചെയ്യ്തതാണൊ?'

അവൻ: 'പോലീസ് സ്റ്റേഷൻ എന്ന് കേട്ടിട്ടുണ്ടോ? അവിടേക്ക് ചെല്ലണമായിരുന്നു'

ലേസി: 'സാർ ഞങ്ങളെ വെറും മണ്ടന്മാരായി കാണുന്നത് ദയവായി ഒന്ന് നിർത്താമൊ? ഇത് ശരിക്കും ഒരു ഭീകര ജീവിയാണ് ഡാനിയാണതിന്റെ അടുത്ത ഇര, ദയവായി രക്ഷിക്കൂ'

അവൻ: 'ഡാനി, എനിക്ക് തോന്നുന്നത് നിന്റെ പൂർവിക ശാപമാണിതിന് കാരണം എന്നാണ്. നിന്റെ പൂർവിക വംശത്തെ മുഴുവൻ ഒരു കടലാസിലെഴുതി, അവർ എങ്ങനാ മരിച്ചത് എന്ന് കണ്ടുപിടിക്കണം. നടക്കില്ല എന്ന രീതിയിൽ ഞെറ്റി ചുളിക്കണ്ട, ശ്രമിച്ചാൽ നടക്കും'

ഡാനി: (നീണ്ട ശ്വാസം എടുത്തുകൊണ്ട്) 'ശരി, നോക്കാം. എന്റെ അപ്പൂപ്പൻ ആരാണെന്ന് പോലും ഞാൻ മറന്നുപോയി (തല ചൊറിഞ്ഞ് ആലോചിക്കുന്നു) പോലീസ് സ്റ്റേഷൻ, വില്ലേജ് ഓഫീസ്, പത്രാപ്പീസിൽ നിന്നും വിവരങ്ങൾ ശേഖരിക്കാൻ ശ്രമിക്കാം'

ലേസി: (ഡാനിയോട്) 'നിങ്ങളത് വിശ്വസിച്ചൊ! ഇയാള് നിന്നെ പൊട്ടൻ കളിപ്പിക്കാൻ ശ്രമിക്കുവാ! ഇത് ഇങ്ങേരുടെ കഴിഞ്ഞ നോവലിലെ ഒരു ചെറിയ കഥാഭാഗമാണ്! ബാ നമ്മുക്ക് പോകാം'

അവൻ: 'നിൽക്കു, ഞാൻ വെറുതെ ഒരു തമാശക്ക് ചെയ്യ്തതാ. ഞാൻ പിന്നെ എന്ത് പറയാനാ, ആ ഇരുട്ട് സംഭവത്തിനെ ഇവിടെ പ്രത്യക്ഷപ്പെടുത്താൻ പറ്റുമോ നിനക്ക്? എനിക്ക് അതിനെ ഒന്ന് കാണണം'

ഡാനി: 'അത് എപ്പോൾ പ്രത്യക്ഷപ്പെടും എന്നറിയില്ല! എവിടുന്നേലും ഇങ്ങ് പൊങ്ങി വരും, എന്നെ എടുത്തിട്ട് അലക്കും, അതാ ശീലം'

അവൻ: 'അതിനെ ചീത്ത വിളിക്ക്, പ്രത്യക്ഷപ്പെടാതെ ഇരിക്കില്ല. പേടിക്കേണ്ട, ഞാനില്ലെ കൂടെ!'

ലേസി: 'ഡാനി, അത് വേണ്ട. ഇയാൾ മനപ്പൂർവ്വം കുഴിയിൽ ചാടിക്കാൻ ശ്രമിക്കുവാ. അത് നിന്നെ കൊല്ലും'

അവൻ: 'നോക്ക് കൊച്ചെ, എന്റെ കണ്ടെത്തലുകൾ ഞാൻ പറയാം. നിങ്ങളെ ആരൊ പൊട്ടൻ കളിപ്പിക്കുവാ. വികൃത രൂപം ധരിച്ച ഒരാൾ നിന്റെ പിറകെ ഓടുന്നു എന്ന് ഞാൻ പറയില്ല. മറിച്ച്, സാങ്കേതികവിദ്യ ഉപയോഗിച്ച് ആരൊ അല്ലെങ്കിൽ ഏതെങ്കിലും സംഘമൊ നിങ്ങളെ വേട്ടയാടുന്നുണ്ട്. ഒരു ഹോളൊഗ്രം വെച്ച് പ്രേതരൂപം കൃത്രിമ വെളിച്ചത്തിൽ ഉണ്ടാക്കി നിങ്ങളെ ഭയപ്പെടുത്തുന്നു. കൂടെ വസ്ത്രം ധരിച്ചെത്തുന്നയാൾ നീ ഭയന്ന് വീഴുമ്പോൾ നിന്നെ പരുക്കേൽപ്പിക്കുന്നു. നിന്റെ കുടുംബസ്വത്തിന് വേണ്ടി ആയിരിക്കും ഇതെല്ലാം ചെയ്യുന്നത്'

ഡാനിയും ലേസിയും ആകെ വല്ലാതായി. ഡാനി ധൈര്യം വീണ്ടെടുത്ത് തന്നെ വേട്ടയാടുന്ന ഇരുണ്ട രൂപത്തിനെ ചീത്ത പറയാൻ തുടങ്ങി. മണിക്കൂറുകൾ നീണ്ടുനിന്ന ചീത്ത വാക്കുകൾക്കും ചർച്ചകളും കഴിഞ്ഞ് ദമ്പതികൾ

നോവലിസ്റ്റിനോട് യാത്ര പറഞ്ഞ് പോയി. അങ്കിൾ സാമിനെതിരെ പോലീസിൽ പരാതിപ്പെടാൻ അവർ തീരുമാനിച്ചു, അവർ സാമിനെ സംശയിക്കാൻ കാരണങ്ങൾ പലതാണ്; ഗബ്രിയലിന്റെ അളിയനായ സാം, ഭാര്യ ജെസ്സിയുടെ മരണശേഷം ഒറ്റയ്ക്കാണ് ജീവിക്കുന്നത്. സാമിന് കുട്ടികളും ഉണ്ടായിരുന്നില്ല, അതുകൊണ്ട് തന്നെ ഡാനി-ലേസി ദമ്പതികളെ ഇല്ലാതാക്കിയാൽ അവരുടെ സ്വത്തുക്കളെല്ലാം തനിക്ക് കിട്ടും. എന്നാൽ കൊടും കടങ്ങളിൽ പെട്ടുകിടക്കുന്ന ഡാനി കുടുംബവും, ലോകത്തുള്ള എല്ലാ പ്രമേഹ രോഗവും കൂടാതെ അറുപതിനടുപ്പിച്ച് പ്രായവുമുള്ള സാമിനെ സംശയിക്കാൻ മനുഷ്യരുടെ ജന്മനായുള്ള ആർത്തി മാത്രമായിരുന്നു ഡാനീടെ ഉത്തരം. പെട്ടെന്ന്, ഡാനി വണ്ടി സാമിന്റെ വീട്ടിലേക്കു വിട്ടു.

ലേസി: 'എന്തേ? സാമല്ലേ പ്രശ്നക്കാരൻ?'

ഡാനി വണ്ടി റോഡിനരികിൽ ഒതുക്കുന്നു.

ഡാനി: 'പോലീസ് സ്റ്റേഷനിൽ പോകാൻ കഴിയില്ല, എന്റെ ഫോണിൽ ഒരു ഇ-വാറന്റെ ലഭിച്ചിട്ടുണ്ട്. കമ്പനി എനിക്കെതിരെ കേസ് കൊടുത്തിരിക്കുവാ'

ലേസി: 'പക്ഷെ നിങ്ങൾ തെറ്റൊന്നും ചെയ്യ്തില്ലല്ലൊ, പിന്നെ അവർ എങ്ങനെ കേസ് കൊടുക്കും?'

ഡാനി: 'പറഞ്ഞ സമയത്ത് ജോലി തീർക്കാതെ പൈസ മുഴുവൻ കളിത്തോക്ക് വാങ്ങി കളയുന്നത് ഒരു കുറ്റമാണെന്നാണ് അവർ പറയുന്നത്! ഞാനൊരു വെള്ള കടലാസ് പോലെയായി, എന്റെ അറിവെല്ലാം ചോർന്നൊലിച്ചു പോയി!' (കരയുന്നു)

ലേസി: 'നീ സമാധാനിക്ക്, നമ്മുക്ക് സാമിനെ കണ്ട് രണ്ട് വർത്താനം പറയാം, വണ്ടി എടുക്ക്'

# 12

## വെളുത്തുള്ളി തോട്ടം

ഡാനിയും ലേസിയും സാമിന്റെ വീടിനടുത്തെത്തി, പക്ഷെ അവിടം മുഴുവൻ വലിയ കാറുകൾ കൊണ്ട് നിറഞ്ഞു കിടക്കുകയാണ്. നീല വസ്ത്രം ധരിച്ച കുറേ ആളുകൾ സാമിനോട് എന്തൊക്കെയൊ ചോദിച്ചു മനസ്സിലാക്കുന്നു. കൂടുതലൊന്നും ചിന്തിക്കാതെ ഡാനി വണ്ടി തിരിച്ച് റോഡിലേക്കെടുത്തു. പോകാൻ സ്ഥലമില്ലാത്ത രണ്ടുപേരായി അവർ മാറി, കാറിന്റെ ഇന്ധനം തീർന്നു, ബാങ്ക് അക്കൗണ്ട് അധികൃതർ മരവിപ്പിച്ചത് കൊണ്ട് അവർക്ക് ഒരു ടാക്സിക്ക് പോലും കൈ കാണിക്കാൻ പറ്റാത്ത അവസ്ഥയായി. നിശബ്ദമായി ആ വഴിയോര നടപ്പാതയിലൂടെ അവർ നടന്നുനീങ്ങി. മുഖത്ത് കാര്യമായ ഭാവങ്ങൾ ഒന്നും തന്നെയില്ല. കുറച്ചു നടന്നപ്പോൾ ആരൊ പിറകിൽ നിന്ന് ഡാനീടെ പേര് വിളിച്ചോണ്ടിരുന്നു, ഒപ്പം ഒരു അരോചകമായ ഹോണടിയും.

ഡാനി അത് ശ്രദ്ധിച്ചു, എന്നാൽ ലേസി മുമ്പിലേക്ക് നടന്നുനീങ്ങി. ഡാനി തിരിഞ്ഞ് നോക്കി, തന്നെ വിളിച്ചത് ഒരു ടാക്സി തൊഴിലാളിയാണ്, അയാൾ വണ്ടിയിൽ നിന്ന് ചാടിയിറങ്ങി ഡാനിയുടെ അടുത്തേക്ക് ചെന്നു.

അയാൾ: 'മോനെ, മനസ്സിലായൊ? ഞാൻ ഗബ്രിയലിന്റെ കൂട്ടുകാരനാ, മാക്സ്'

ഡാനി: 'ക്ഷമിക്കണം സാർ, ഞാനാകെ വല്ലാത്തൊരു അവസ്ഥയിലാണ്. ഇന്നേതാ ദിവസം എന്ന് പോലും അറിയില്ല. ഞങ്ങളെ വെറുതെ വിടണം'

മാക്സ്: 'മോനെ നീ ആകെ വിശന്നുവലഞ്ഞ് നിൽക്കുന്ന പോലുണ്ടല്ലൊ, ആശുപത്രിയിൽ പോയായിരുന്നൊ? എന്റെ കൂടെ വരൂ, നിന്നെ ഒരു പിച്ചക്കാരനെ പോലെ ഇവിടെ ഉപേക്ഷിക്കാൻ ഞാൻ തയ്യാറല്ല. നിന്റെ അച്ഛരൻ എനിക്കായി എന്തൊക്കെ സഹായം ചെയ്തിട്ടുണ്ടന്ന് അറിയാമൊ? എവിടെ അദ്ദേഹം? മോൻ ഇങ്ങനെ വയ്യാതെ നടക്കുന്നത് അദ്ദേഹം അറിഞ്ഞില്ലെ?'

ഡാനി: 'അച്ഛരൻ മരിച്ചിട്ട് ഇന്ന് അഞ്ചാമത്തെ മാസം. അത് എന്റെ ഭാര്യ, ഞങ്ങൾക്കിപ്പോൾ ഒന്നും സ്വന്തമായിയില്ല. ഞങ്ങളെ ദത്തെടുക്കാൻ ഉദ്ദേശമുണ്ടൊ?'

മാക്സ്: 'നീ സ്വയം അടിച്ചമർത്തി സംസാരിക്കാതിരി മോനെ. ക്ഷമിക്കണം, ഗബ്രിയേലിന്റെ മരണം ഞാൻ അറിഞ്ഞില്ല. ഞാൻ കരുതി വിദേശത്ത് കുടുംബത്തെ സന്ദർശിക്കാൻ പോയെന്ന്, എപ്പോഴും അങ്ങനെ ആയിരുന്നു പുള്ളി'

ഡാനി: 'താങ്കൾക്ക് എന്നെ എങ്ങനെ അറിയാം?'

മാക്സ്: 'എന്റെ മകളുടെ വിവാഹത്തിന് ഗബ്രിയലും മോനും വന്നായിരുന്നു. എന്തായാലും ഇപ്പോൾ എന്റെ കൂടെ വരൂ. നിങ്ങളെ ഇങ്ങനെ തെരുവിലിറക്കാൻ എനിക്ക് കഴിയില്ല'

ഡാനി ക്ഷണം സ്വീകരിച്ച് ടാക്സിയിൽ കയറി, വണ്ടി മുന്നിലേക്കെടുത്ത് ലേസിയേയും കയറ്റി പോയി. ദമ്പതികൾ വീണ്ടും ഒന്നിച്ചെങ്കിലും മുഖഭാവത്തിൽ മാറ്റമില്ലായിരുന്നു.

ഡാനി: 'അച്ഛരന് മറ്റൊരു രാജ്യത്ത് വേറെ കുടുംബം ഉണ്ടെന്ന് പറയാൻ എന്താ കാരണം?'

മാക്സ്: 'അയ്യോ മോനെ, ഞാൻ അങ്ങനെയല്ല ഉദ്ദേശിച്ചത്, മോൻ ഉൾപ്പെടെ സാറിന്റെ ഒരേയൊരു കുടുംബം വിദേശത്തല്ലായിരുന്നൊ താമസം? ഗബ്രിയലിന്റെ ഇവിടുത്തെ വീട്ടിൽ മോനേം അമ്മേനേം ഇതുവരെ കണ്ടിട്ടില്ല. ഗബ്രിയൽ അന്ന് പറഞ്ഞത് അത് തന്റെ അവധിക്കാല ഉല്ലാസത്തിന് മാത്രം ഉപയോഗിക്കുന്ന വീടാണെന്നാ'

ഡാനി: (നന്നായി ചിന്തിച്ചിട്ട്) 'സാർ, ഞങ്ങളെ അവിടേക്ക് ഒന്ന് കൊണ്ടുപോകാമൊ? എത്ര സമയം എടുക്കും? ഒരുപാട് ദൂരെയാണൊ?'

മാക്സ്: 'ഓ അതിനെന്താ, വെറും അഞ്ച് കിലോമീറ്റർ അപ്പുറത്താ'

അര മണിക്കൂർ കഴിഞ്ഞപ്പോൾ മാക്സ് ലക്ഷ്യസ്ഥാനത്ത് എത്തിച്ചു, ഒരു വെളുത്തുള്ളി തോട്ടത്തിന് മുമ്പിൽ വണ്ടി നിർത്തി. ദമ്പതികൾ ഒന്നും മനസ്സിലാവാതെ ചുറ്റും നോക്കി കാറിൽ തന്നെയിരുന്നു. മാക്സ് പുറത്തിറങ്ങി വെളുത്തുള്ളികൾ പറിച്ച് കയ്യിലിരുന്ന ചെറിയ കവറിലിടാൻ തുടങ്ങി, നിറച്ച് കഴിഞ്ഞ് കവർ കാറിൽ വച്ചു. ഡാനി മാക്സിനെ നോക്കിക്കൊണ്ടിരുന്നു

മാക്സ്: 'എന്ത് പറ്റി മോനെ? ഇവിടുന്ന് വേണ്ടുവോളം വെളുത്തുള്ളി പറിക്കാനായി ഗബ്രിയൽ എനിക്ക് അനുവാദം നൽകിയിട്ടുണ്ട്. പക്ഷേ മോന് ഇഷ്ടപ്പെട്ടില്ലേൽ പറഞ്ഞാൽ മതി, ഇനി ചെയ്യില്ല'

ഡാനി: 'ഇതേതോ സ്ഥലം? നിങ്ങളും അവരുടെ കൂട്ടാളിയാണൊ? ഞങ്ങൾ ഒരുമാതിരി അംഗൻവാടിയിൽ പഠിക്കുന്ന കുട്ടികൾ ആണെന്ന് വിചാരിച്ചൊ!'

മാക്സ്: 'അയ്യോ മോൻ എന്തൊക്കെയാ ഈ പറയുന്നത്? ഇത് ഗബ്രിയലിന്റെ സ്ഥലമാണ്, അദ്ദേഹം എന്നെ ഒരുപാടു തവണ ഇവിടെ കൂടാൻ വിളിച്ചിട്ടുണ്ട്, കൂടീട്ടും ഉണ്ട്. ദേ ആ കാണുന്ന തടി കൊണ്ട് നിർമ്മിച്ച വീട് കണ്ടൊ,

അദ്ദേഹത്തിന്റെ എല്ലാം അതായിരുന്നു. പുള്ളിക്ക് വെളുത്തുള്ളി ഭയങ്കര ഇഷ്ടമായിരുന്നു'

ഡാനിയും ലേസിയും കാറിൽ നിന്നിറങ്ങി മാക്സിനൊപ്പം നടന്നുനീങ്ങി. ഏക്കർ കണക്കിനു വെളുത്തുള്ളി കൃഷിക്ക് നടുക്ക് സ്ഥിതിചെയ്യുന്ന, കുറേ നാളായി ആളനക്കമില്ലായിരുന്നു എന്ന് നിസ്സംശയം പറയാവുന്ന ആ വീട്ടിന് മുമ്പിൽ അവർ നടന്നെത്തി. കതകിൽ അനേകം മണികൾ ആണിയടിച്ചു നിർത്തീട്ടുണ്ട്, മന്ത്രങ്ങളും കൊത്തിവെച്ചിട്ടുണ്ട്. ശക്തമായ ഒരു തള്ളിൽ മാക്സ് ആ കതക് തുറന്നു, ദമ്പതികൾ വീണ്ടും ഞെട്ടി. വീടിന്റെ അകത്ത് മുറികളില്ല, വലിയ വിശാലമായ ഒരു മുറി, അതാണ് വീടിനുള്ളിൽ. കൂടാതെ പത്ത് മുതുക്ക് തൂണുകൾ അവിടേം ഇവിടേം നിൽക്കുന്നു. നീളമുള്ള ആ നാല് ഭിത്തിയിലും അടപ്പില്ലാത്ത അലമാരകൾ പണിതു വച്ചിരിക്കുന്നു; അവയിലെല്ലാം പലതരം പ്രതിമകൾ വച്ചിട്ടുണ്ട്. ഒരു ഭിത്തി മാത്രം പൊളിഞ്ഞിരിക്കുവാണ്. ഒരു മേശയും ഒരു ആർഭാട രീതിയിൽ അലങ്കരിച്ച കട്ടിലും ഒഴിച്ച്, അവിടെ വേറെ ഉപകരണങ്ങൾ ഒന്നുമില്ലായിരുന്നു.

അവിടെ നെഞ്ചുവിരിച്ചു നിൽക്കുന്ന പത്ത് തൂണുകളിലും എന്തൊക്കെയൊ കൊത്തിയെഴുതി വച്ചിട്ടുണ്ട്, ഒപ്പം കട്ടപിടിച്ചിരിക്കുന്ന രക്തപ്പാടുകളും. ഡാനി മേശയിലെ അറകൾ പരിശോധിച്ചു; വിവിധ നിറങ്ങളിലുള്ള കയ്യിൽ കെട്ടുന്ന റിബണുകൾ, ഉണങ്ങിയ വെളുത്തുള്ളികൾ, കുപ്പിഗ്ലാസുകളിൽ വെള്ളം, മണൽ അങ്ങനെ അങ്ങനെ കുറേ വിചിത്രമായ കാര്യങ്ങൾ കണ്ടെത്തി. പക്ഷേ അവന്റെ ശ്രദ്ധ മുഴുവൻ ഒരു ചെറിയ നോട്ട്ബുക്കിൽ ആയിരുന്നു, അത് മണലിൽ പുതപ്പിച്ച് വച്ചിരിക്കുന്നു. ഡാനി അതെടുത്തു മറ്റവരെ കാണിക്കുന്നു "ഞങ്ങൾ ഇവിടെ കൂടുന്ന സമയത്ത് ഗബ്രിയലിന്റെ കയ്യിൽ ഇത് ഞാൻ കണ്ടിട്ടുണ്ട്.

ഇടയ്ക്കൊക്കെ അതിൽ ഓരോന്ന് കുറിക്കും, എത്തിനോക്കിയതിന് ഒരു തവണ വഴക്ക് കിട്ടി. ജോലി സംബന്ധമായ എന്തോ എന്നായിരുന്നു മറുപടി" മാക്സ് പറഞ്ഞു. ഡാനി ബുക്ക് തുറന്നു, ആദ്യം തന്നെ വായിക്കുന്ന വ്യക്തിക്കുള്ള നിർദ്ദേശങ്ങളായിരുന്നു.

"ഈ പുസ്തകം എന്റെ സ്വകാര്യ വസ്തുവാണ്, ആരെങ്കിലും ഇത് ലംഘിച്ചാൽ അവരെ ഞാൻ പ്രേതമായി വന്ന് വേട്ടയാടും. ഡാനി മോനെ നീ ഇത് കണ്ടാൽ വായിക്കാൻ മറക്കരുത്, മറ്റൊരാൾക്കും ഇത് വായിക്കാൻ കൊടുക്കരുത്"

മാക്സിനോട് പുറത്തുപോകാൻ ഡാനി നിർദ്ദേശിക്കുന്നു, അയാൾ അനുസരിക്കുന്നു. ഡാനി പുസ്തകം വായിക്കാൻ തുടങ്ങുന്നു, ലേസി കൂടെ ഇരിപ്പുണ്ട്. വായിച്ച് തുടങ്ങും മുമ്പേ, ഡാനി പേജുകൾ മറിച്ചു നോക്കുന്നു. ആകെ അഞ്ച് പേജുകൾ മാത്രമേ ഉപയോഗിച്ചിട്ടുള്ളു, അത് ഡാനിക്ക് ആശ്വാസം നൽകി.

(വായിക്കാൻ തുടങ്ങി) "ഞാൻ ഈ വിധി അർഹിക്കുന്നു. ലക്ഷക്കണക്കിന് ആളുകളുടെ ശാപവുംചുമന്ന് ജീവിക്കുന്നവന് ഇതിൽ കൂടുതൽ ഒരു ശിക്ഷ കിട്ടാനില്ല. എന്റെ ടാക്സ് അധികാരിപട്ടം കൊണ്ട് അനേകം ആളുകളെ, കണ്ണീരും പൈസയും ഇറക്കിപ്പിച്ചിട്ടുണ്ട്. ഒന്നും വേണ്ടിയിരുന്നില്ല എന്ന് ഇപ്പോൾ തോന്നുന്നു!

കഴിഞ്ഞ ആഴ്ച ഞാൻ അതിനെ പൂർണ്ണരൂപത്തിൽ കണ്ടു. സിനിമകൾ, പുസ്തകങ്ങൾ, ചിത്രങ്ങൾ, കൊച്ചു കുട്ടികൾ വരയ്ക്കുന്ന പ്രേത രൂപം; എല്ലാത്തിനെക്കാളും ഭയാനകമായിരുന്നു ആ രൂപം. അത് കാരണം, ആർക്കും വേണ്ടാതെ പൂട്ടികിടന്ന കാട്ടിനുള്ളിലെ ഈ കെട്ടിടം വാങ്ങാൻ ഞാൻ നിർബന്ധിതനായി, ആ രൂപത്തിൽ നിന്ന് രക്ഷനേടാനുള്ള അവസാനശ്രമം! ലക്ഷക്കണക്കിന് കാശിറക്കി, പ്രേത ബിരുദം നേടിയ പലർക്കും

കൊണ്ടെറിഞ്ഞു കൊടുത്തു. വെളുത്തുള്ളി തോട്ടവും മറ്റു പല ബ്രാന്ത് സാധനങ്ങളും കൊണ്ട് ഈ വീട് അലങ്കരിച്ചു, എല്ലാം ആ പിശാചിന്റെ കയ്യിൽ നിന്ന് രക്ഷ നേടാൻ!

ആ പിശാച്, ഒരു തമാശ മത്സരത്തിൽ പങ്കെടുത്ത് ഞാൻ വരുത്തിവച്ച വിന. എനിക്ക് എന്തിന്റെ കേടായിരുന്നു! ഒരു മിനിറ്റ് മാത്രം ദൈർഘ്യമുള്ള ആ വീഡിയോ ചിത്രം, ശാപം നിറഞ്ഞ ചിത്രം. ഞാനാ മന്ത്രങ്ങൾ തമാശ മട്ടിൽ പറഞ്ഞ് തീർത്തത് ഓർക്കുമ്പോൾ ആകെ ദേഷ്യം വരുന്നു. കൃത്യം ഒരാഴ്ച കഴിഞ്ഞപ്പോൾ അത് പ്രത്യക്ഷപ്പെട്ടു, എന്നാൽ വീഡിയോ ചിത്രത്തിൽ പറഞ്ഞതുപോലെ പിറകിൽ മാത്രമല്ല, എങ്ങോട്ട് തിരിഞ്ഞാലും അത് ആക്രമിക്കാൻ പാഞ്ഞുവന്നു. ഭയം എന്ന ഭാരമേറിയ പാറക്കല്ലിനടിയിൽപ്പെട്ട് ഞാൻ വലഞ്ഞു, വിയർപ്പോടെ ഇന്റർനെറ്റിൽ തിരഞ്ഞ് ആ വീഡിയോ കണ്ടെത്തി, അതിൽ പറഞ്ഞ പ്രകാരം കാര്യങ്ങൾ ചെയ്യ്തു, ലക്ഷങ്ങൾ വീണ്ടും പൊട്ടിച്ചു. പറ്റാവുന്നത്ര തവണ മന്ത്രം ചൊല്ലി.

ആ വീഡിയോ അല്ലായിരുന്നു എന്റെ പ്രശ്നത്തിന് കാരണമെന്ന് ഞാൻ മനസ്സിലാക്കി. കഴിഞ്ഞതവണ ഈ വീട്ടിലേക്കു വന്നപ്പോൾ ആ രൂപം സ്റ്റിയറിംഗ് ചക്രത്തീന്ന് പൊങ്ങി വന്ന് എന്റെ മൂക്കിന്റെയറ്റം കടിച്ചെടുത്തു. ഞാൻ വണ്ടി വെളുത്തുള്ളി തോട്ടത്തിലിടിച്ച്, വീട്ടിലേക്കുകയറ്റി വണ്ടിനിർത്തി. ഈ വീട്ടിൽ ഒരാഴ്ച നിന്നു, ഇതിനുള്ളിൽ ആ രൂപത്തിനെ ഞാൻ കണ്ടിട്ടില്ല. എനിക്കിവിടെ ഇനിയും തുടരാൻ കഴിയില്ല, വിൻയ തുടരെത്തുടരെ വിളിച്ചുകൊണ്ടിരുന്നു, പോലീസിൽ പരാതി കൊടുത്തുകാണും, അറിയില്ല! എന്റെ ഈ ധർമ്മസങ്കടം മറ്റൊരാളോട് പറയാനുള്ള ധൈര്യം എനിക്കില്ല, എല്ലാവരും എന്നെ കളിയാക്കും എന്ന് കരുതി, ഈ പുസ്തകം തീർക്കാൻതക്ക വിഷയം എന്റെ കയ്യിലുണ്ട്, എന്നാൽ

ഇനിയിതിൽ തൊടാൻ അവസരം കിട്ടുമൊ എന്നറിയില്ല. ഞാൻ എന്റെ യുദ്ധഭൂമിയിലേക്ക് തിരികെ പോകുന്നു (പുസ്തകം അവസാനിച്ചു)

ഡാനി കരയാൻ തുടങ്ങി. ലേസി സമാധാനിപ്പിക്കാൻ ഒരു ശ്രമം നടത്തിയെങ്കിലും ഡാനി തന്റെ വിഷമഭാരം സഹിക്കാൻ കഴിയാതെ തറയിലേക്ക് മൂക്കും കുത്തി വീണു. ഡാനിയുടെ ആ വീഴ്ചയിൽ പറന്ന് പൊങ്ങിയ ഒരു ചെറിയ കടലാസിൻമേൽ ദമ്പതികളുടെ കണ്ണുകൾ പതിഞ്ഞു, ആ കടലാസ് കട്ടിലിൽ പതിച്ചു, അതൊരു അഞ്ഞൂറ് രൂപ നോട്ടാണ്. ഡാനിയുടെ ശബ്ദമേറിയ വീഴ്ചയിൽ, പഴകിയ തറയിൽ വിള്ളൽ വീഴുകയും, തറയുടെ അദൃശ്യമായ ഉള്ളറയിൽനിന്നും ആ നോട്ട് കടലാസ് പൊങ്ങിവരുകയും ചെയ്യ്തു. ഡാനി അവിടെ ആഞ്ഞ് ചവിട്ടി, അടിത്തട്ടിൽ ഒളിഞ്ഞിരിക്കുന്ന സമ്മാനം കണ്ടുഞെട്ടിയ അവൻ, ലേസിയേയും ഒപ്പം കൂട്ടി ചവിട്ടുനാടകം ആരംഭിച്ചു. ഡാനിയുടെ ഭ്രാന്തിളകിയ ചവിട്ടുകളും ലേസിയുടെ കൂർത്ത കട്ടിയുള്ള ചെരുപ്പിന്റെ പ്രഹരവും ഏത് തറയും പൊളിക്കാൻ ശക്തിയുള്ളതാണ് എന്ന് നിസ്സംശയം പറയാം.

(തടി കീറിയ ശബ്ദം) ഡാനിയും ലേസിയും തറയ്ക്കടിയിലെ രഹസ്യയറയിൽ വീണു. പൈസ, സ്വർണ്ണമാലകൾ, പ്രതിമകൾ, മറ്റ് സാധനങ്ങൾ എന്നിവ കൂനകൂട്ടി ഇട്ടിരിക്കുന്നു. ഡാനി സന്തോഷത്തിൽ അലറാൻ തുടങ്ങി, പക്ഷെ ഈ നിധി ശേഖരം ഗബ്രിയലിന്റേതാണൊ അതൊ മുമ്പത്തെ അവകാശിയുടെയാണൊ എന്നറിയില്ല. ഡാനി, കൂടുതൽ ചിന്തിക്കാതെ പണക്കെട്ടുകൾ കൊണ്ടൊരു പടിക്കെട്ടുണ്ടാക്കി, സ്വർണ്ണമാലയും മറ്റും പോക്കറ്റിൽ കുത്തിതിരുകി, വജ്രത്തിൽ തീർത്ത ഒരു കിരീടവും തലയിൽവച്ചു, താങ്ങാവുന്നതിലും അധികം പണക്കെട്ടുകൾ കയ്യിൽ കൂനകൂട്ടി, പണപ്പടികൾ കയറി മുകളിലെത്തി.

താൻ താഴേന്ന് കണ്ടെടുത്ത നിധി കട്ടിലിൽ വിതറി, കട്ടിലിന് മുകളിൽ കയറിനിന്ന് ചാടി കട്ടിലൊടിച്ച് തന്റെ സന്തോഷം പെയ്യ്തിറക്കി. കിട്ടിയ നിധിയും കയ്യിലെടുത്ത് പുറത്തെ വെളുത്തുള്ളി തോട്ടത്തിനെ വെളിച്ചം കൊണ്ട് മനോഹരമാക്കിയ സൂര്യാന്തരീക്ഷം ആഘോഷിക്കാൻ പുറത്തേക്കിറങ്ങി, അപ്രതീക്ഷിതം സംഭവിച്ചു! ഒരു മുതുക്ക് ഇടിമിന്നൽ, ആകാശത്ത് നിന്ന് പൊട്ടി ഡാനീടെ ശരീരത്ത് പതിച്ചു, അതും സൂര്യൻ കത്തിജ്വലിക്കുന്ന ആ സമയത്ത്! കത്തിയെരിയുന്ന പണക്കെട്ടുകളുടെ ഇടയിൽ കിടന്നു കത്തുന്ന ഡാനിയുടെ തീ അണയ്ക്കാൻ ലേസി വെളുത്തുള്ളി ചെടികൾ ഒടിച്ചെടുത്ത് കൊണ്ടിരുന്നു. ഡാനിയെ അടുത്തുള്ള ആശുപത്രിയിൽ എത്തിച്ചു, കടുത്ത സർജറികൾക്ക് വിധേയനാക്കി. പക്ഷേ ലേസിക്ക്, പണം കെട്ടിവയ്യ്ക്കാൻ കഴിയാത്തതിനാൽ ഡാനിയെ ആശുപത്രി അധികൃതർ ഒളിപ്പിച്ചുവെച്ചു.

എന്ത് ചെയ്യണം എന്നറിയാതെ വിഷമിച്ചിരുന്ന ലേസി, ഡാനിയുടെ ജോലി കൂട്ടുകാരിൽ ഒരാളെ കണ്ടുമുട്ടുന്നു, അവൻ ബാക്കിയുള്ളോരെ വിളിച്ചുവരുത്തുന്നു. അടിച്ചുപൊളി ദ്വീപിൽ വെച്ച് ഒറ്റിക്കൊടുത്തു എങ്കിലും, അവർ വളരെ സ്നേഹത്തോടെ പെരുമാറി. പണം കെട്ടിവെച്ച് ഡാനിയെ തിരികെ മേടിച്ചു, അവനെ വാർഡിലേക്ക് കൊണ്ടുപോയി. ഡാനി കണ്ണ് തുറന്നു, കണ്ണീര് കൊണ്ട് നിറഞ്ഞ ആ കണ്ണുകളിൽ തന്റെ ജോലി കൂട്ടുകാരോട് ആയിരം തവണ ക്ഷമാപണം നടത്തിയതിന്റെ തെളിവുകൾ പ്രകടമാണ്.

ഡാനി: (കരഞ്ഞുകൊണ്ട്) 'ക്ഷമിക്കൂ... സാമിന്റെ... ഇരുട്ട്... എനിക്കൊന്നും, ലേസി പറഞ്ഞ് കൊടുക്ക്'

ലേസി അവരുടെ സാഹചര്യം പറഞ്ഞുകൊടുത്തു. അവർ സഹായം വാഗ്ദാനം ചെയ്തു, അവരുടെ ദ്വീപിലേക്ക് കൊണ്ടുപോകാമെന്നും, അവിടെ അവർ സുരക്ഷിതർ

ആയിരിക്കും എന്നും നിർദ്ദേശിച്ചു. ഡാനി തലയാട്ടി സമ്മതം മൂളി, കൂട്ടുകാർ ദ്വീപധികാരികളെ വിവരം അറിയിച്ചു, അവർ കപ്പൽ അയക്കാമെന്ന് അറിയിച്ചു.

# 13

# ഒരു ഇതിഹാസ കഥ

ഡാനിയും ലേസിയും തുടോറൗ ദ്വീപ് താമസക്കാരുമായി പോകുന്ന കപ്പലിൽ കയറി, അത് നീങ്ങി തുടങ്ങി... ഡാനി ആ തുറന്ന കടലിൽ നോക്കി ദ്വീപ് കണ്ടുപിടിക്കാൻ ശ്രമിച്ചുകൊണ്ടിരുന്നു, ലേസിയും ഈ ദൗത്യത്തിന്റെ ഭാഗമായി, പക്ഷെ അവർക്ക് രണ്ടുപേർക്കും കടലിൽ ചിതറിക്കിടക്കുന്ന കപ്പൽ അവശിഷ്ടങ്ങൾ മാത്രമാണ് കാണാൻ സാധിച്ചത്. കഴിഞ്ഞ ദിവസങ്ങളിൽ ഒരു യുദ്ധം നടന്ന സൂചനയിൽ ദമ്പതികൾ എത്തിച്ചേർന്നു.

ലേസി: 'നമ്മൾ വീണ്ടും കുടുങ്ങിയെന്നാണ് തോന്നുന്നത്. ഇന്നെങ്കിലും അവർ ഇതൊന്നു തീർത്താൽ മതിയായിരുന്നു. ഈ എലി-പൂച്ച മത്സരം കൊണ്ടുവയ്യ!'

ഡാനി: 'ഇതിൽ നിന്ന് ചാടി ചാകുന്നതാ കടക്കാരുടെ ഇടികൊണ്ട് മരിക്കുന്നതിനെക്കാൾ നല്ലത്! (തന്റെ ജോലി കൂട്ടുകാരനോട്) നിങ്ങൾ എന്ത് തരം ഹോളൊഗ്രാമാണ് ഉപയോഗിച്ചത്? നന്നായിരുന്നു. നിങ്ങൾക്ക് വളരെ എളുപ്പത്തിൽ കൊല്ലാമായിരുന്നല്ലൊ എന്നെ, വെറുതെ ഈ ഹോളൊഗ്രാമൊക്കെ ഉപയോഗിച്ച് സമയം കളഞ്ഞതെന്തിനാ?

(നിശബ്ദത)

"

രണ്ട് മണിക്കൂർ കഴിഞ്ഞപ്പോൾ കപ്പൽ ഒരു തീരത്ത് നങ്കൂരമിട്ടു. "തുടോറൗ ദ്വീപ് ഉള്ളതാ!" ലേസി ആശ്ചര്യം വിടർന്ന കണ്ണുകളോടെ പറഞ്ഞു. ഡാനിയും ലേസിയും അവിടെയിറങ്ങി ഡാനീടെ ജോലി കൂട്ടുകാരുമായി ദ്വീപ് ചുറ്റി കറങ്ങാൻ ആരംഭിച്ചു. വളരെ വ്യത്യസ്തമായ ഒരു സ്ഥലം തന്നെ, ചെറിയ തിളക്കമുള്ള മാർബിൾ പോലെയിരിക്കുന്ന ഒരു കല്ലാണ് അവിടം മുഴുവൻ, ഈ കല്ലിൽ തന്നെ കൊത്തിനിർമ്മിച്ച കെട്ടിടങ്ങൾ മാത്രമാണ് ഇവിടെ മുഴുവനും. ചുരുക്കത്തിൽ പറഞ്ഞാൽ, ഈ ദ്വീപ് മുഴുവൻ ഒരു കല്ലും, അതിൽ കൊത്തുപണി ചെയ്ത് മനോഹരമായ വീടുകളാക്കി, ഇവിടുത്തെ ജനങ്ങൾ സമാധാനത്തോടെ ജീവിക്കുന്നു.

മറ്റൊരു കൗതുകം എന്തെന്നാൽ, ഈ പാറപ്രദേശത്ത് എങ്ങനെ ഇവർ കൃഷി ചെയ്യുന്നു എന്നതാണ്. കണ്ടാൽ കൊതിയൂറുന്ന പഴങ്ങളും പച്ചക്കറികളും വളരെ വ്യത്യസ്തമായ ഒരു മരത്തിൽ വളർന്നുകിടക്കുന്ന കാഴ്ച അത്ഭുതം തന്നെയാണ്. ഈ മരങ്ങൾ ദ്വീപിന്റെ കൽ-ഹൃദയത്തെ എങ്ങനെ ലോലയാക്കി എന്നത് കണ്ടുപിടിക്കേണ്ട ഒന്നുതന്നെ.

ഡാനിയും ലേസിയും ആകെ അന്ധാളിച്ചു നിൽപ്പാണ്. ദ്വീപ്ജനത മാർബിൾ കല്ലുകളുടെ സത്ത് മനസ്സിലാക്കി റെയിൽറോഡ് നിർമ്മിച്ചു, അതിനോടൊപ്പം കല്ലിൽ കൊത്തിയെടുത്ത വാഹനങ്ങൾ കല്ലിന്റെ ഉരസൽ സവിശേഷതകൾ ഉപയോഗിച്ചുള്ള ഗതാഗതം ഡാനിയെ വീണ്ടും അമ്പരപ്പിച്ചു. "ഈ ദ്വീപിന്റെ സവിശേഷതകൾ ഇന്നും കണ്ടുപിടിക്കാൻ സാധിച്ചിട്ടില്ല" ദമ്പതികളെ സഹായിക്കാൻ വന്ന ഒരു ദ്വീപ് എൻജിനീയർ പറഞ്ഞു. മാർബിൾ കല്ലുകളുടെ കുന്ന് അങ്ങ് ദൂരെ കാണാൻ സാധിക്കും, എല്ലാ കെട്ടിടങ്ങളും വെള്ള നിറമാണ് എന്ന സവിശേഷത മറ്റൊന്ന്. ഡാനിയെയും ലേസിയെയും

"ജിയോളജി ഓഫീസ്" എന്ന് തലക്കെട്ടുള്ള ഒരു കെട്ടിടത്തിലേക്ക് കൊണ്ടുപോയി, അവിടെ കോട്ടും ജീൻസും ധരിച്ച ഒരു വ്യക്തി അവരെ സ്വാഗതം ചെയ്തു. അയാൾ തന്റെ പേര് പറഞ്ഞു; പ്രൊഫസർ!

ഡാനി ആ മുറിയിൽ സൂക്ഷ്മപരിശോധന ആരംഭിച്ചു, മതിലുകളിൽ തട്ടി നോക്കി, കൈയ്യിൽ ചെറിയ മുറിവുകൾ രൂപപ്പെട്ടു.

ഡാനി: 'ഇതൊക്കെ എങ്ങനെയുണ്ടാക്കി?'

പ്രൊഫസർ: 'ഞങ്ങളുടെ പൂർവികർ, വെറും കല്ലായിരുന്ന ഈ ദ്വീപിനെ കൊത്തിയെടുത്ത് ഇന്നീ കാണുന്നതുപോലെ ആക്കിയെടുത്തു. ഒരു കൽപ്പണിക്കാരൻ കൊത്തിയെടുത്ത ശിൽപ്പങ്ങളാണിവ. ഈ സ്ഥലം എങ്ങനെയുണ്ടായി എന്ന് ഞങ്ങൾക്കറിയില്ല, ഇവിടെ മരങ്ങൾ എങ്ങനെ ജീവിക്കുന്നു എന്നതും അറിയില്ല!'

ഡാനി: 'അത് ശരി, എന്തായാലും എനിക്കിപ്പോൾ കൂടുതൽ ചരിത്രം അറിയേണ്ട, ഇനി ഞങ്ങളിവിടെ കാണും, അപ്പോൾ പഠിക്കാം. സാറ് വിഷമിക്കേണ്ട'

പ്രൊഫസറിന്റെ മുഖഭാവം മാറി, ചിരി മാഞ്ഞ് ഗൗരവ മുഖമായി. അദ്ദേഹം പതുക്കെ നടന്ന് ബുക്ക് ഷെൽഫിന്റെ അടുത്തെത്തി ഒരു ബുക്ക് പെട്ടെന്ന് തന്നെ എടുക്കുന്നു, നേരത്തെ കരുതിവച്ച പോലെ, എന്നിട്ടത് ഡാനിക്ക് നൽകി

പ്രൊഫസർ: 'ഇത് കൊണ്ടുപോയി വായിച്ചു നോക്കൂ, ഇതിനകത്ത് ഈ സ്ഥലത്തെ കുറച്ചുള്ള എല്ലാ പഠനങ്ങളുമുണ്ട്. പിന്നെ, നാളെ നിങ്ങളെയിവിടെ കാണാൻ പാടില്ല, കേട്ടല്ലോ!'

ഡാനി: 'അതെന്താ സാർ അങ്ങനെയൊരു സംസാരം. ഞങ്ങൾക്കിവിടെ നിന്നേ പറ്റൂ, ഇല്ലേൽ അവർ ഞങ്ങളെ കൊല്ലും. ഞങ്ങളോട് കരുണ കാണിക്കണം'

പ്രൊഫസർ: 'എന്തിനാണ് ഇങ്ങനെ കിടന്ന് കെഞ്ചുന്നത്? ഇങ്ങനെ താഴുന്നത് ഒരു കുറ്റമാണ്. നിങ്ങൾ ഒരു സ്വാർത്ഥ മനുഷ്യനാണ്. ഈ പറയുന്നത് ഓർത്തുവെച്ചോ, നിങ്ങൾക്ക് ആരൊടെങ്കിലും സഹായം ചോദിക്കണമെങ്കിൽ ഒരു തവണ മാത്രം ചോദിക്കൂ, അപ്പോൾ ആ വ്യക്തി എന്ത് പറയുന്നൊ അത് ഉൾക്കൊള്ളാൻ ശ്രമിക്കുക, അല്ലാതെ കിടന്ന് തെണ്ടരുത്! പോയി ഈ ബുക്ക് വായിക്കുക. നേതൻ നിങ്ങളെ, നിങ്ങളുടെ ഇന്ന് മാത്രം താമസിക്കാനുള്ള സ്ഥലം കാണിച്ചു തരും, പോകുക. പിന്നെ നാളെ വന്ന് തെണ്ടാൻ നിൽക്കരുത്!'

ഡാനി ദേഷ്യത്തോടെ ആ പുസ്തകവും വാങ്ങി നേതനും ലേസിയോടുമൊപ്പം പോകുന്നു. അവർ ഓഫീസിന് പുറത്തിറങ്ങി. നേതൻ അവരെ താമസ സ്ഥലത്തെത്തിച്ചു. ഡാനി, പുസ്തകം അവിടെ വച്ചിട്ട് പുറത്തേക്കോടി, എന്തോ തിരയുന്നു, കിട്ടീല! ഒരു അപരിചിതനോട് സഹായം ചോദിച്ചു; ഇവിടെ പോലീസ് സ്റ്റേഷൻ ഇല്ല എന്ന് അയാൾ മറുപടി നൽകി. പക്ഷേ അയാൾ കൂട്ടിച്ചേർത്തു; ഈ സ്ഥലത്തെ പ്രധാനമായ തീരുമാനങ്ങളെടുക്കാൻ ബാധ്യസ്ഥർ പ്രൊഫസർ അടങ്ങിയ ജിയോളജി വകുപ്പാണ്. അദ്ദേഹം ഇവിടെയുള്ളോരുടെ താരമാണ്. ജിയോളജി ഓഫീസ് കൂടാതെ സ്കൂൾ, ലാബ് എന്നീ സ്ഥാപനങ്ങളും ഇവിടെയുണ്ട്. പക്ഷേ ജിയോളജി ഓഫീസാണ് ആദ്യം തുടങ്ങിയ സ്ഥാപനം!

ഡാനി തന്റെ താമസസ്ഥലത്തേക്ക് പോകുന്നു. ഒരു ആശ്ചര്യം വിടർന്ന മുഖം തനിക്ക് എങ്ങനെ വന്നു എന്നാലോചിച്ച് നടന്നുനീങ്ങി. താമസസ്ഥലത്ത് എത്തിയപ്പോൾ ലേസിയും ഈ മാറ്റം ശ്രദ്ധിച്ചു. ലേസിയുടെ മുഖത്തും ഈ പ്രസരിപ്പ് അറിയാൻ സാധിച്ചു.

ലേസി: 'എവിടെ ആയിരുന്നു നീ?'

ഡാനി: 'ചുമ്മാ ഒന്ന് ചുറ്റിക്കറങ്ങി, ഇവിടെ പോലീസ് സ്റ്റേഷൻ ഇല്ല! നിനക്ക് വിശ്വസിക്കാൻ പറ്റുമോ? ഈ കല്ലും

മണ്ണും പഠിക്കുന്ന ജിയോളജി ഓഫീസാ ഇവിടെ ഭരിക്കുന്നതെന്ന്

ലേസി: 'ഇത് നോക്കൂ! ഒരു സ്വാഗത സമ്മാനം. ഇവിടെ അങ്ങനെ പുറത്തുനിന്നുള്ള ആൾക്കാരെ പ്രവേശിപ്പിക്കാറില്ല, വർഷങ്ങൾക്കു ശേഷം നമ്മളാ ഇവിടെ കാൽകുത്തിയ വിദേശികൾ! വളരെ കഠിനമായ നിയമങ്ങൾ കല്ലിൽകൊത്തി വച്ചിട്ടുണ്ടായിരിക്കും' (ചിരിക്കുന്നു)

ഡാനിയും ലേസിയും ഡിന്നർ കഴിച്ച് ഉറങ്ങാൻ കിടന്നു. എന്നാൽ ലേസി ഉറങ്ങിക്കഴിഞ്ഞ് ഡാനി എഴുന്നേറ്റ് പ്രൊഫസർ തന്ന പുസ്തകവുമായി ബാൽക്കണിയിൽ ചെന്നു. മെഴുകുതിരി കത്തിച്ച് വായിക്കാൻ തുടങ്ങി; ബുക്കിന്റെ പേര് "ശാപം കിട്ടിയ അമൃത് കണ്ടെടുത്ത മനുഷ്യൻ" ബുക്കിന്റെ പുറംപേജിൽ തീ കത്തിനിൽക്കുന്ന ഒരു വളയത്തിനുള്ളിൽ നിൽക്കുന്ന ഒരു മനുഷ്യനെ കാണാം. ഡാനിക്ക് പുസ്തകം വായിക്കാനുള്ള കാരണങ്ങൾ കൂടി കൂടി വന്നു, അതിൽ ഏറ്റവും പ്രധാനം ബുക്കിന്റെ കട്ടിയാണ്. കാഴ്ചയിൽ എണ്ണൂറ് പേജുണ്ടെങ്കിലും ആകെ അമ്പത് പേജ് മാത്രമേ ഉപയോഗിച്ചിട്ടുള്ളൂ, ഡാനിക്കിത് വളരെ ആശ്വാസം നൽകി. കൂടാതെ ചില പേജുകളിൽ മങ്ങിപ്പോയ, വരച്ച ചിത്രങ്ങളും ഉണ്ടായിരുന്നു. ബുക്കിന് വർഷങ്ങളുടെ പഴക്കമുണ്ട്. ഡാനി വായിക്കാൻ തുടങ്ങി; ചാപ്റ്ററുകൾ ഇല്ല പക്ഷെ ഒരു ആമുഖം ഉണ്ടായിരുന്നു;

"–ആ ഗ്രാമം മുഴുവനും മുങ്ങിപ്പോയി, പിന്നീടവരെ ആരും കണ്ടിട്ടില്ല"

അതായിരുന്നു ആമുഖം. അല്ല, അത് തീർച്ചയായും ഒരു വലിയ ആമുഖം തന്നെ ആയിരിക്കണം, പക്ഷെ അതിന്റെ ബാക്കിഭാഗം പുസ്തകത്തിൽ ഇല്ലായിരുന്നു, ആരോ കീറിയെടുത്തു എന്ന് ഒറ്റ നോട്ടത്തിൽ അറിയാം. ഡാനിക്ക് ആദ്യം തന്നെ കടുത്ത നിരാശയാണ് ആ കീറിയെടുത്ത

തുടക്കം സമ്മാനിച്ചത്. എന്നിരുന്നാലും അവൻ ബുക്ക് വായിക്കാൻ തന്നെ തീരുമാനിച്ചു;

"റാസ്ബെക്ക് എന്ന ചെറിയ ദ്വീപ്, ഭൂപടത്തിൽ വടക്കേ അറ്റത്ത് സ്ഥിതി ചെയ്യ്തിരുന്നു. അവിടെ താമസിച്ചിരുന്നവർ ഭൂരിഭാഗവും ബലാബലന്മാർ ആയിരുന്നു, അവർ സമയം കളയാൻ എപ്പോഴും ഗുസ്തി പിടിച്ചിരുന്നു, കൂടാതെ മൃഗങ്ങളെ വേട്ടയാടിയും രസിച്ചു. ഒരു ചെറിയ വിഭാഗം ആളുകൾ ഒട്ടും ശക്തിയില്ലാത്തവർ, ഗുസ്തി പോലെ കഠിനമായ കാര്യങ്ങളിൽ അവർക്ക് താൽപ്പര്യം ഇല്ലായിരുന്നു, അവർ മറ്റ് ചെറിയ ചെറിയ പ്രവർത്തനങ്ങളിൽ ഏർപ്പെട്ടു.

പാറ്റ്കാ, ചെറിയ വിഭാഗത്തിൽപ്പെട്ട ഒരു പുരുഷൻ, കടലിന്റെ അടിത്തട്ടിൽ ചെന്ന്, മുങ്ങിപ്പോയ കപ്പലുകളിൽ നിന്നും സാമഗ്രികൾ ശേഖരിക്കുന്നതാണ് പ്രധാന തൊഴിൽ. താൻ ജീവൻ പണയംവെച്ച് എടുത്തുകൊണ്ട് വരുന്ന സാധനങ്ങൾ എപ്പോഴും, തനിക്ക് ജീവിച്ച് പോകാൻ ആവശ്യമായ സഹായങ്ങൾ നൽകിയിരുന്നു. എന്നിരുന്നാലും അരവയറിൽ ഉറങ്ങിയാണ് അവൻ ഇത്രയും കാലം കഴിഞ്ഞത്. പാറ്റ്കാ തപ്പിയെടുത്ത് കൊണ്ടുവരുന്ന സാധനങ്ങൾ എപ്പോഴും ഗുസ്തി മത്സരങ്ങൾക്ക് ഒരു പ്രത്യേക സൗന്ദര്യം നൽകിയിരുന്നു. ഗുസ്തിക്കാർ ഈ സാധനങ്ങൾ കൊണ്ട് എതിരാളീടെ ശരീരത്തിൽ ഇടിച്ച് പൊട്ടിക്കുന്ന ദൃശ്യങ്ങൾ, കാണികളായി ചുറ്റിനും നിൽക്കുന്ന സ്ത്രീകൾക്ക് ഒരു ഹരമായിരുന്നു. ചിലസമയം ഗുസ്തിക്കാർ ഈ സാധനങ്ങൾ തങ്ങളുടെ കയ്യിൽവെച്ച് പൊടിച്ച് കാണിച്ചിരുന്നു എന്നാൽ മിക്കസമയത്തും അതിനുള്ളിൽ നിന്നും, പ്രതീക്ഷിക്കാത്ത പലതും കിട്ടിയിരുന്നു. ഒരു തവണ ഒരു പ്രതിമ പോലെയുള്ള വസ്തു പൊട്ടിച്ചപ്പോൾ അതിൽ ഒളിച്ചിരുന്ന ഞണ്ടിൻകുഞ്ഞുങ്ങൾ പുറത്തിറങ്ങി ആ ഗുസ്തിക്കാരന്റെ ശരീരത്തിൽ കയറിക്കൂടി. എന്നാൽ ഒരു

തവണ, ചൂടുള്ള എന്തൊ ദ്രാവകം കണ്ടെത്തി, ആ ഗുസ്തിക്കാരന്റെ കൈ ഉരുകിയൊലിച്ചു പോയിരുന്നു. ചിലപ്പോൾ അവരാ വസ്തുക്കൾ പൂർവ്വശക്തി എടുത്ത് ദൂരേക്കെറിയും, തങ്ങളുടെ ശക്തി കാട്ടി സ്ത്രീകളിൽ നിന്ന് ആർപ്പുവിളികൾ കിട്ടാൻ ഇവ സഹായിച്ചിരുന്നു.

പാറ്റ്കായ്ക്ക് ഇത്തരം സാധനങ്ങൾ സൂക്ഷിച്ച് വെയ്ക്കാനുള്ള ഒരു ശീലവും ഉണ്ടായിരുന്നു. അവനത് വളരെയധികം സന്തോഷം നൽകിയിരുന്നു. ചിലപ്പോൾ കടലിന്റെ അടിത്തട്ടിൽ ജീവനറ്റ് കിടക്കുന്ന മത്സ്യങ്ങളേയും തനിക്ക് ലഭിച്ചിരുന്നു. അവന്റെ ഏറ്റവും വലിയ ആഗ്രഹം എന്തെന്നാൽ തന്റെ ശരീരം വണ്ണംവയ്ക്കാൻ തക്ക എന്തെങ്കിലും അപൂർവ്വ ഔഷധം, ഏതെങ്കിലും നിർഭാഗ്യ കപ്പലിൽ നിന്ന് കിട്ടണോന്നായിരുന്നു. അവനും, ശക്തന്മാരുടെയൊപ്പം മാത്രം നിൽക്കുന്ന സ്ത്രീകളുമായി ബന്ധങ്ങൾ സ്ഥാപിക്കാൻ നന്നായി ആഗ്രഹമുണ്ടായിരുന്നു. ഒരു ദിവസം, കേൾവിയെ തകർക്കുന്ന പീരങ്കി ശബ്ദങ്ങൾ കേട്ട്, പാറ്റ്കാ അതന്വേഷിക്കാൻ കടൽ തീരത്ത് ചെന്നു. അഞ്ച് കപ്പലുകൾ ഒരു വലിയ സ്വർണ്ണനിറമുള്ള കപ്പലിനെ ആക്രമിക്കുന്നു. ഈ സ്വർണ്ണക്കപ്പൽ നിഷ്പ്രയാസം തന്റെ എതിരാളികളെ കടലിനടിയിൽ പറഞ്ഞ് വിട്ടുകൊണ്ടിരുന്നു.

വൈകാതെ തന്നെ, വലിയ കപ്പലിന്റെ ആയുധശക്തി കുറഞ്ഞു, കൂടാതെ നിരവധി കപ്പലുകൾ അതിനെ വലംവെച്ചു. പെട്ടെന്ന്, ആ വലിയ സ്വർണ്ണക്കപ്പൽ കടലിൽ നിന്നുയർന്നു ചാടി, തിരിച്ചിറങ്ങി വെള്ളത്തെ കുത്തിമാറ്റി കടലിനടിയിൽ പോയി, ആ ശക്തമായ പ്രഹരത്തിൽ ഒരു ചുഴലിക്കാറ്റുണ്ടായി സ്വർണ്ണക്കപ്പലിന് ചുറ്റും നിന്നിരുന്ന എതിരാളികളേയും കൊണ്ട് താഴേക്ക് പോയി. കടൽ വീണ്ടും ശാന്തമായി, കടൽതീരത്തും വലിയ പ്രത്യാഘാതം ഉണ്ടാക്കി; പാറ്റ്കായുടെ നാല് പലകകൾ ചുറ്റിവെച്ചിരുന്ന വീടും,

മറ്റുള്ളവരുടെ മണൽ കെട്ടിടങ്ങളും കടലിൽ ലയിച്ചു. എന്നാൽ അവന് പ്രശ്നമില്ലായിരുന്നു, അവൻ സന്തോഷത്തോടെ കടലിലേക്ക് ചാടി, സ്വർണ്ണക്കപ്പൽ ലക്ഷ്യമാക്കി അവൻ നീന്തി. മറ്റ് കപ്പലുകളുടെ അവശിഷ്ടങ്ങളും ജീവനറ്റ് കിടക്കുന്ന മനുഷ്യരും കൊണ്ട് ആ കപ്പൽ നിറഞ്ഞു കിടക്കുന്നു.

അതിശയം എന്തെന്നാൽ, ആ സ്വർണ്ണക്കപ്പലിന് ഒരു തകരാറും സംഭവിച്ചിട്ടില്ല എന്നതാണ്. പാറ്റ്കാ ആ കപ്പലിനകത്തുകയറി, അകത്തും മൃതദേഹങ്ങൾ കൊണ്ട് നിറഞ്ഞു കിടക്കുകയാണ്, സമയം കളയാതെ തന്റെ തിരച്ചിൽ ആരംഭിച്ചു; എല്ലാവിധ വിലപിടിപ്പുള്ള വസ്തുക്കളും അതിൽ നിന്ന് സമാഹരിച്ചു, പക്ഷെ പത്തുപേരുടെ കരുത്ത് കൊണ്ടും പൊക്കാൻ പറ്റാത്തത്ര ഭാരം അവയ്ക്കുണ്ടായിരുന്നു. പാറ്റ്കായുടെ മുഴുവൻ ശ്രദ്ധയും, വളരെ ഭംഗിയായി അലങ്കരിച്ച ഒരു ചെറിയ പെട്ടിയിലേക്കായി, ആ പെട്ടി മാത്രമെടുത്തു കരയിലെത്തി, കരയിൽ കൂനകൂട്ടി കിടന്ന തകർന്നുപോയ കപ്പലുകളുടെ പലകകൾ കണ്ട് അവൻ സന്തോഷിച്ചു. ആ പലകകൾ ഉപയോഗിച്ച് അവിടെ പുതിയൊരു വീട് അവൻ പണിതു, അധികം വന്ന പലകകൾ കൊണ്ട് കസേര, കട്ടിൽ എന്നിവ നിർമ്മിച്ചു, അങ്ങനെ ജീവിതത്തിൽ ആദ്യമായി തറയിൽ കിടക്കാതെ അവൻ രക്ഷനേടി.

കട്ടിലിൽ കിടന്നുള്ള തന്റെ ആദ്യ ഉറക്കം നന്നായി ആസ്വദിച്ച് വന്ന പാറ്റ്കാ, സമയം രാത്രിയായത് അറിഞ്ഞില്ല. പെട്ടെന്ന്, തന്റെ കാട്ടിക്കൂട്ടൽ ഭവനം ഒന്ന് കുലുങ്ങി, എന്തോ വന്നിടിച്ചതാണ്. പാറ്റ്കാ ഭയന്ന് പുറത്തിറങ്ങി, പഴകിയ ഒരു തടിപ്പെട്ടി പുറത്ത് കിടക്കുന്നത് കണ്ടു. പലചരക്ക് സാധനങ്ങൾ സൂക്ഷിക്കാൻ ഉപയോഗിക്കുന്ന ആ പെട്ടി തുറന്ന അവൻ സന്തോഷം കൊണ്ട് തുള്ളിച്ചാടി, ആ

സന്തോഷം തൊട്ടടുത്ത് മണ്ണിനടിയിൽ കിടന്നുറങ്ങിയ ഞണ്ടുമായി നൃത്തമാടിപ്പിച്ചു. എവിടെ നിന്നോ ഒഴുകിവന്ന ആ തടിപ്പെട്ടിയിൽ നിറയെ പാകം ചെയ്തു വച്ചിരിക്കുന്ന ഭക്ഷണമായിരുന്നു, തനിക്ക് ചുറ്റിനും വീക്ഷിച്ചുകൊണ്ട്, ആരേലും ആ സ്വാദിഷ്ടമായ മണം കിട്ടി വരുന്നുണ്ടോന്ന് നോക്കി, അവനത് മുഴുവൻ കഴിച്ചു, കടലിന് നന്ദി പറഞ്ഞ് അവൻ വീണ്ടും ഉറങ്ങാൻ കിടന്നു. നേരം രാവിലെയായി, പക്ഷെ പാറ്റ്കാ ഉറങ്ങി തന്നെ കിടന്നു, അന്ന് രാത്രിയും അവൻ ഉറങ്ങിക്കിടന്നു. തലേ ദിവസം അകത്താക്കിയ ഭക്ഷണം അവനെ മടിയിൽ താഴ്ത്തി.

ആശ്ചര്യമെന്തെന്നാൽ, കഴിഞ്ഞ ദിവസം രാത്രിനടന്ന സംഭവം അടുത്ത ദിവസവും നടന്നു. പാറ്റ്കാ വീണ്ടും സന്തോഷവാനായി, അവനെ വീണ്ടും സന്തോഷത്തിൽ മുക്കാൻ അന്നത്തെ പെട്ടിയിൽ വന്ന വ്യത്യസ്തമായ ഭക്ഷണം തന്നെ ധാരാളമായിരുന്നു. ഇങ്ങനെ ഒഴുകിയെത്തുന്ന ഐശ്വര്യപ്പെട്ടികൾ അടുത്ത ദിവസങ്ങളിലും ഒരു പതിവായി, ആരൊ തന്റെ കുടിയിലേക്ക് ഒഴുക്കിവിടുന്ന പോലെ അവനുതോന്നി. ഭക്ഷണത്തിന് ശമനമില്ലാത്തത് കൊണ്ട്, പുറത്ത് പോയിട്ട് ആഴ്ചകൾ പിന്നിട്ടു, അവൻ ജീവനോടെയുണ്ടെന്ന് മറ്റുള്ളവർ മറന്നുപോയി. ഒരു മാസം കഴിഞ്ഞപ്പോൾ നഗരം സന്ദർശിക്കാൻ അവൻ തീരുമാനിച്ചു. സ്ഥിരമായി ഗുസ്തി മത്സരങ്ങൾ നടക്കുന്ന ഭാഗത്തേക്ക് അവൻ ചെന്നു. എപ്പോഴും മത്സരങ്ങൾ നടക്കുന്ന ആ സ്ഥലത്ത് പ്രത്യേക സമയമൊന്നും ഇല്ലായിരുന്നു. തന്നെ കണ്ടപ്പോൾ എല്ലാവരുടെയും മുഖത്ത് ഒരു ആശ്ചര്യം രൂപപ്പെട്ടു, താൻ മരിച്ചിട്ടില്ല എന്ന് വിചാരിച്ചുണ്ടായ ആശ്ചര്യമായിരിക്കും എന്നവൻ കരുതി.

പെട്ടെന്ന് പാറ്റ്കായുടെ ചുറ്റും സുന്ദരികളായ സ്ത്രീകൾ വന്ന് തന്നോട് സംസാരിക്കാൻ തുടങ്ങി. അവൻ ആകെ എന്ത്

ചെയ്യണം എന്നറിയാതെ മിഴിച്ചുനിന്നു. അത്തരം ഒരു നിമിഷത്തിനായി ഒരുപാട് കാത്തിരുന്നിട്ട്, ഏത് പെണ്ണിനേയും വീഴ്ത്താനുള്ള കഴിവുണ്ടെന്നും വിശ്വസിച്ചിരുന്ന പാറ്റ്കാ, അവസാനം അത് സംഭവിച്ചപ്പോൾ അവന്റെ ധൈര്യം ചോർന്നുപോയി, അവൻ ഓടിച്ചെന്ന് ഒരു വലിയ മരത്തിനു പിന്നിൽ ഒളിച്ചിരുന്നു. അവിടെ നിന്ന് ആ നഗരം അവൻ വീക്ഷിച്ചു, ഒരുപാട് മാറ്റങ്ങൾ സംഭവിച്ചിട്ടുണ്ട്; നല്ല വിളവെടുപ്പ് ലഭിച്ചിട്ടുണ്ട്. പാറ്റ്കായെ പിന്തുടർന്ന സ്ത്രീകളിൽ ചിലർ കാൽതെറ്റി ചെളിയിൽ വീണുകിടക്കുന്നു. പക്ഷേ ചിലർ അവന്റെ ഒളിസ്ഥലം കണ്ടെത്തി, കടന്നു പിടിച്ചു, രക്ഷനേടാൻ കഴിഞ്ഞില്ല. അവർ അവന്റെ പേശികളെ തടവി, മുത്തം നൽകുകയും ചെയ്യ്തു, ഈ കാഴ്ച അവിടെ കണ്ടുനിന്ന ശക്തരായ പുരുഷന്മാരിൽ ദേഷ്യത്തിന്റെ ആക്കം കൂട്ടി.

ശക്തന്മാരിൽ ഒരാൾ പാറ്റ്കായെ സ്ത്രീ കൂട്ടത്തിൽ നിന്ന് പൊക്കിയെടുത്ത് ഗുസ്തിക്കളത്തിൽ എറിഞ്ഞു. മല്ലൻ പാറ്റ്കായെ ലക്ഷ്യംവെച്ച്, തന്റെ സർവ്വശക്തിയും ആവാഹിച്ച് ഓടിച്ചെന്നു, ഒരു കാട്ടുപോത്തിനെ പോലെ. എല്ലാവരെയും ഞെട്ടിച്ചു കൊണ്ട്, പാറ്റ്കാ മല്ലന്റെ പ്രഹരത്തെ തടുക്കാൻ കൈകൾ കൊണ്ട് മുഖം മറച്ചിരുന്നപ്പോൾ, മല്ലൻ അവന്റെ കൈകളിൽ വന്നിടിച്ച് ദൂരേയ്ക്ക് തെറിച്ചുപോയി. ഒരിക്കലും തോറ്റുകൊടുക്കാത്ത മല്ലന്റെ മനസ്സ്, മല്ലനെ വീണ്ടും എണീപ്പിച്ചു പാറ്റ്കായിക്ക് നേരെ വീണ്ടും പാഞ്ഞു ചെല്ലാൻ പ്രേരിപ്പിച്ചു. എന്നാൽ ഇത്തവണ പാറ്റ്കായുടെ മുമ്പിലെത്തി അവൻ നിന്നു; എന്നിട്ട് അതിശക്തമായ ഒരു പ്രഹരം അവന്റെ മുഖത്ത് കൊടുത്തു. പെട്ടെന്ന് വകഞ്ഞ് മാറിയ പാറ്റ്കാ തിരിച്ചൊരിടി വെച്ച് കൊടുത്തു. പാറ്റ്കാ സമ്മാനിച്ച പ്രഹരത്തിന് ശേഷം ആരും തന്നെ നേരിടാൻ മുന്നിലേക്ക് വന്നില്ല.

പ്രൗഡിയുടെ കണങ്ങൾ മുഖത്ത് വിരിച്ച് പാറ്റ്കാ നാടകീയമായി നടന്ന് നടന്ന് തന്റെ തീരദേശ പലകവീട്ടിൽ എത്തി, പക്ഷേ വീട് വീണ്ടും കടലെടുത്തു. അവൻ കടൽതീര മണലിൽ കുത്തിയിരുന്ന് സൂര്യാസ്തമയം കണ്ടിരുന്നു. നഷ്ടപ്പെട്ട വീടിനെ ആലോചിച്ചു വിഷമിക്കാതെ, താൻ അന്ന് നടത്തിയ ധീരപ്രകടനം ഓർത്ത് ചിരിക്കുന്നു. അതേസമയം, കുറേ പലക കഷ്ണങ്ങൾ വീണ്ടും ഒഴുകിയെത്തി, മുമ്പ് ഏതൊ വലിയ കപ്പലുകൾക്ക് യുദ്ധം ചെയ്യാനുള്ള പേശിബലം സമ്മാനിച്ച ആ പലകകൾ കൊണ്ട് വീണ്ടും അവനവിടെ ഒരു വീടും, ഉപകരണങ്ങളും ഉണ്ടാക്കി, ഉറങ്ങാൻ കിടന്നു. അന്ന് രാത്രിയും ദേവതമാർ അയച്ചുകൊടുത്ത ഭക്ഷണപ്പെട്ടി അവന് ലഭിച്ചു.

പാറ്റ്കാ അമിതമായി ഭക്ഷണവും കഴിച്ച് ഉറങ്ങുമ്പോൾ വീണ്ടും കതകിൽ ആരൊ തട്ടി "പ്രിയനേ നീ ഉറങ്ങിയോ" എന്ന ചോദ്യവും. പാറ്റ്കാ കതക് തുറന്നു, താൻ നഗരത്തിൽ വെച്ച് കണ്ടതിലെ മൂന്ന് സ്ത്രീകൾ, അവരെ അവൻ ആനയിച്ച് അകത്തുകയറ്റി. പക്ഷേ തന്റെ പലകവീടിന് ചുറ്റും നൂറിലധികം സ്ത്രീകൾ നിൽക്കുന്നത് ഇരുട്ടിൽ അവൻ ശ്രദ്ധിച്ചില്ല. പാറ്റ്കാ ആ മൂന്ന് സ്ത്രീകളുമായി സംസാരിച്ചിരിക്കേ വീണ്ടും കതകിൽ തട്ട് കേട്ടു. കൂട്ടമായി നിൽക്കുന്ന അനേകം സ്ത്രീകളും, ഒപ്പം ഭക്ഷണം നിറച്ച തടിപ്പെട്ടികളും അവനെ സ്വാഗതം ചെയ്തു. എല്ലാവരുമായി ആടിയും പാടിയും കഥകൾ പറഞ്ഞും പാറ്റ്കാ തന്റെ രാത്രി ആഘോഷിച്ചു. തന്റെ മറ്റ് പല ആഗ്രഹങ്ങളും ചോദിക്കാതെ തന്നെ അവർ ചെയ്തു കൊടുത്തു.

അടുത്ത ദിവസങ്ങളിലും ഇതാവർത്തിച്ചു, പാറ്റ്കാ സന്തോഷത്തിൽ മതിമറന്നു. ആ കടൽതീരം അവർക്ക് ആടിപ്പാടാൻ ഒരിടമായി മാറി. ഈ പുതിയ ചട്ടങ്ങൾ ശക്തൻമാരിൽ വലിയ പ്രയാസം സൃഷ്ടിച്ചു, അവർ

കടൽത്തീരത്ത് വന്ന് തങ്ങളുടെ പ്രിയപ്പെട്ടവരെ കാണേണ്ട അവസ്ഥയായി. പാറ്റ്കായെ ഭയന്ന് അവർ കൂടുതൽ അടുത്തേക്ക് പോയില്ല. പാറ്റ്കാ തന്റെ സ്വപ്ന ജീവിതം ഗംഭീരമായി ആസ്വദിച്ചു, അത്രയുംനാൾ ഒറ്റയ്ക്ക് കടലിന്റെ അടങ്ങാത്ത ദേഷ്യവുമായി മല്ലിട്ട്, എന്തിനൊ വേണ്ടി കഴിഞ്ഞിരുന്ന അവനിപ്പോൾ പല സ്വപ്നങ്ങളും നെയ്തുതുടങ്ങി. പക്ഷേ ഒറ്റയ്ക്ക് കഷ്ടപ്പെടുന്ന, കാണികളില്ലാതെ വിഷമിക്കുന്ന ശക്തൻമാരെ പറ്റി അൽപ്പം പോലും ശങ്ക അവനില്ലായിരുന്നു. പാറ്റ്കാ തന്റെ ആരാധികമാർക്ക് എങ്ങനെ കടലിനടിയിൽ ചെന്ന് വ്യത്യസ്തമായ നിധികൾ ശേഖരിക്കാം എന്നും പഠിപ്പിച്ച് കൊടുത്തു.

പാറ്റ്കാ തന്റെ പുതിയ സേനയുടെ സഹായത്താൽ അനേകം വിലപിടിപ്പുള്ള വസ്തുക്കൾ കണ്ടെത്തി, അവയെല്ലാം മറ്റ് കപ്പലുകൾക്ക് വിറ്റ് പണം സമ്പാദിക്കാനും തുടങ്ങി. തന്റെ പുതിയ സ്വത്ത് സമ്പാദനം കൊണ്ട് മറ്റ് ചരക്ക് കപ്പലുകളിൽ നിന്നും സാധനങ്ങൾ വാങ്ങി, ഒരു വലിയ മാളിക അവിടെ പണിഞ്ഞു. ഒരു മാസം കഴിഞ്ഞപ്പോൾ തനിക്ക് വീണ്ടും നഗരത്തിലൂടെ ഒരു സവാരി നടത്താൻ ആഗ്രഹം വന്നു. സ്വർണ്ണ നിറമുള്ള ഉടുപ്പും, സ്വർണ്ണ തൊപ്പിയും, സ്വർണ്ണ നിറമുള്ള ഒരു തോക്കും അരയിൽ കെട്ടിയിട്ട്, തന്റെ സേനയുടെ മുമ്പിൽ കൂടി ഞെളിഞ്ഞുനടന്നു, സേനാംഗങ്ങൾ പാറ്റ്കായ്ക്ക് ആർപ്പു വിളിക്കുകയും, കൂടാതെ ഭക്ഷണം നിറഞ്ഞ പാത്രങ്ങൾ കയ്യിലെടുത്തു വന്ന സേനാംഗങ്ങൾ ഇടയ്ക്കിടെ പാറ്റ്കായുടെ വിശപ്പ് അകറ്റിക്കൊണ്ടിരുന്നു.

തല കുത്തനെ ഉയർത്തിപ്പിടിച്ച് പാറ്റ്കാ നഗരമധ്യത്തിൽ പ്രവേശിച്ചു. ശക്തന്മാരെല്ലാം ഗുസ്തിക്കളത്തിൽ ഒരുമിച്ച് നിൽപ്പുണ്ടായിരുന്നു, പകയുടെ തീ അവരുടെ കണ്ണുകളിൽ ആളി കത്തുന്നുണ്ടായിരുന്നു. പെട്ടെന്ന് തന്നെ പാറ്റ്കാ ഒരു

കാര്യം മനസ്സിലാക്കി. തന്റെ സേനാംഗങ്ങൾ തന്റെ കൂടെയില്ല എന്ന കാര്യം. എന്ത് സംഭവിച്ചെന്നറിയാതെ അവനവിടെ മിഴിച്ചുനിന്നു. സംഭവം എന്തെന്നാൽ, തന്റെ സേനാംഗങ്ങൾ എല്ലാവരും പണ്ടത്തെപ്പോലെ നഗരത്തിലെ വിവിധ സ്ഥലങ്ങളിൽ എത്തി. അവരുടെ കണ്ണുകൾ ശക്തന്മാരിലേക്ക് മാറി. കുറച്ചു സമയമായി ഭക്ഷണം കിട്ടാതിരുന്നപ്പോൾ തന്നെ പാറ്റ്കായ്ക്ക് സംശയം വന്നതാണ്, പക്ഷെ തിരിഞ്ഞ് നോക്കുന്നത് ഒരു രാജാവിന് ചേർന്നതല്ല എന്ന് കരുതി തിരിയാതിരുന്നതാണ്! മറ്റൊരു പ്രശ്നം എന്തെന്നാൽ, ശക്തന്മാരെല്ലാം പാറ്റ്കായെ വളഞ്ഞ്, തന്റെ സ്വർണ്ണകുപ്പായം അഴിച്ചെടുത്തു.

നഗ്നനായി നിൽക്കുന്ന പാറ്റ്കാ മറ്റൊന്നുമല്ല ചിന്തിച്ചത്, എന്തിനാണ് തന്റെ സേനാംഗങ്ങൾ തന്നെ നോക്കി ഉറക്കെ ചിരിക്കുന്നത് എന്നായിരുന്നു. തനിക്കാകെ ഉണ്ടായിരുന്ന കൂട്ടുകാരും തന്നെ നോക്കി ചിരിക്കുന്ന കാഴ്ച അവനെ തളർത്തി. ആ തളർച്ചയിൽ മുങ്ങിത്താഴ്ന്ന അവനെ ഒരു ശക്തൻ വന്ന് കഴുത്തിൽ പിടിച്ച് പൊക്കിയെടുത്ത് ഗുസ്തി കളത്തിലിട്ടു. പാറ്റ്കാ തന്റെ വിഷമം മറന്ന് എതിരാളിയെ ഇടിച്ച് തോൽപ്പിക്കാൻ തയ്യാറായി നിന്നു, കളിയാക്കുന്ന രീതിയിലുള്ള പാറ്റ്കായുടെ നിൽപ്പ് അവസാനിച്ചത് എതിരാളിയുടെ, ആത്മാവിനെ പറപ്പിക്കാൻ വിധമുള്ള പ്രഹരം കൊണ്ടാണ്. പാറ്റ്കാ പറന്നുചെന്ന് ഒരു തടിമേശയുടെ മുകളിൽ പതിച്ചു, വീഴ്ചയിൽ അത് ചിന്നിച്ചിതറി.

പാറ്റ്കാ വളരെ കഷ്ടപ്പെട്ട് എഴുന്നേറ്റു, രക്തം ശർദ്ദിച്ചു. കൂട്ടച്ചിരികൾ, തിളയ്ക്കുന്ന കണ്ണുകൾ, തകർന്ന മേശ – പാറ്റ്കായെ തന്റെ വീട്ടിലേക്ക് ഓട്ടിക്കാൻ ഇവ തന്നെ ധാരാളമായിരുന്നു. തന്റെ കടൽതീര മാളികയിലെത്തി കതകടച്ചിരുന്ന് കരഞ്ഞ് തന്റെ അപമാനം തീർക്കാൻ തുടങ്ങി. പാറ്റ്കാ, തനിക്ക് സംഭവിച്ചതെന്താണെന്ന്

ഓർത്തുകൊണ്ടിരുന്നു. തന്നെ പറ്റിക്കാനായി അവർ മനപ്പൂർവ്വം ചെയ്യ്തതാണ് എന്ന സാധ്യത അവൻ തള്ളിക്കളഞ്ഞു, രണ്ടുമാസം കൊണ്ട് കഷ്ടപ്പെട്ടു കൂടെ നടന്ന് കുഴിയിലാക്കി കളിയാക്കി തകർക്കാൻ മാത്രം തനിക്ക് വിലയുണ്ടായിരുന്നൊ എന്ന സാധ്യത, അവന്റെ ചിരിനിർത്താൻ കഴിയാതാക്കി. ഇതെല്ലാം അവരുടെ അഭിനയമായിരുന്നു എങ്കിൽ അതിനവന് ഒരായിരം നന്ദി മാത്രം, പറ്റുമെങ്കിൽ ഒന്നൂടെ ഒരു കളിയാക്കൽ പദ്ധതി തയ്യാറാക്കിക്കൂടെ എന്ന് പാറ്റ്കാ മുകളിലേക്ക് നോക്കി ചോദിച്ചു.

ഒരു നീണ്ട ഉറക്കത്തിന് ശേഷം അവനൊരു കാര്യം ആലോചിച്ചു. തന്റെ സ്വപ്നങ്ങൾ സാക്ഷാത്കരിച്ച ആ ദിവസം, സ്വർണ്ണക്കപ്പലിൽ നിന്നെടുത്ത ഒരു ഇറുകിയ വസ്ത്രമായിരുന്നു അവൻ ധരിച്ചിരുന്നത്. പാറ്റ്കാ ഉടൻതന്നെ മാളികയിൽ നിന്നിറങ്ങി തന്റെ പഴയ പലകവീട്ടിലേക്ക് പോയി, അവിടുന്നാ ഇറുകിയ വസ്ത്രം കിട്ടുന്നു, അതിന്റെ ഒരു പോക്കറ്റിൽ നിന്നുമൊരു കല്ല് കിട്ടുന്നു, സൂര്യന്റെ ഒരു ചെറിയ രൂപം എന്നുതന്നെ വിശേഷിപ്പിക്കാം. ആ കല്ലിൽ കണ്ണുംനട്ട് അവൻ വീണ്ടും ചിന്തകളുടെ കടലിൽമുഴുകി. അകത്ത്, തിളങ്ങുന്ന മഞ്ഞദ്രാവകം ഓടിക്കളിക്കുന്ന ആ കല്ല്, തന്റെ എല്ലാ സ്വപ്ന നിമിഷത്തിലും ഒപ്പമുണ്ടായിരുന്നുവെന്ന് അവന് ഉറപ്പായിരുന്നു. മാഞ്ഞുപോയ സന്തോഷം അവന്റെ മനസ്സിൽ വീണ്ടും വന്നു. ഒരു കനംകുറഞ്ഞ ഇരുമ്പ് ചങ്ങലയിൽ കോർത്ത്, ആ കല്ല് അവന്റെ കഴുത്തിൽ കെട്ടിയിട്ടു, എന്നിട്ട് സൂര്യോദയം നോക്കിനിന്നു.

പാറ്റ്കായുടെ മുഖത്ത് വിരിഞ്ഞ കള്ളച്ചിരിയിൽ ഒരു കാര്യം ഉറപ്പായിരുന്നു; ആ കല്ല് സാധാരണ വസ്തുവല്ല, കാരണം അവൻ കണ്ണുകൾ അടയ്ക്കാതെ അനാദ്യമായിട്ടാണ് സൂര്യോദയം കാണുന്നത്. പാറ്റ്കാ തന്റെ സ്വർണ്ണകുപ്പായവും

രാജകീയ സാമഗ്രികളും അണിഞ്ഞ് പുറത്തിറങ്ങി, നഗരം ലക്ഷ്യമാക്കി നടന്നുനീങ്ങി. അവന്റെ പഴയ സേനാംഗങ്ങൾ വീണ്ടും ആരാധികമാരെ പോലെ അവനെ നോക്കാൻ തുടങ്ങി. കുറേ സമയമെടുത്ത ആ നാടകീയ നടത്തം അവസാനിച്ചത് ഗുസ്തിക്കളത്തിന് മുമ്പിലായിരുന്നു. ശക്തരായ മല്ലന്മാരെ കൈകൊണ്ട് ആംഗ്യം കാണിച്ചു, വന്ന് തന്നോട് പൊരുതാനായി കാണിച്ച ആംഗ്യം, നിമിഷ നേരത്തിനുള്ളിൽ നാല് ശക്തന്മാരെ കളത്തിലേക്കെടുത്ത് ചാടാൻ സഹായിച്ചു. പാറ്റ്കായുടെ അഹങ്കാരം ശമിപ്പിക്കാനിറങ്ങിയ അവരെ വിവിധ കെട്ടിടങ്ങളിലേക്ക് ഇടിച്ചുതെറുപ്പിച്ചു. ഒരിക്കൽ കൂടി, മേധാവിത്വം കരസ്ഥമാക്കിയ അവൻ തിരിച്ച് തന്റെ സേനാംഗങ്ങളുമായി മാളികയിലേക്ക് പോയി.

പാറ്റ്കായുടെ സന്തോഷയുഗം വീണ്ടും ആരംഭിച്ചു. ഒരു മാസം കഴിഞ്ഞപ്പോൾ, ശക്തന്മാർ വീണ്ടും ഒറ്റയ്ക്ക് ജീവിച്ച് വിഷാദത്തിൽ പ്രവേശിച്ചു. അവർ പാറ്റ്കായുടെ മാളിക ദൂരെനിന്ന് വീക്ഷിച്ചുകൊണ്ടിരുന്നു, മാളിക ഒരുപാട് വലുതായിട്ടുണ്ട്. ചുറ്റിനും ഇരിപ്പിടങ്ങളും ഉല്ലാസ ഉപകരണങ്ങളും നിറഞ്ഞുകിടന്നു. ശക്തി കുറഞ്ഞ പുരുഷന്മാർ സ്ത്രീവേഷമണിഞ്ഞ് മാളികയിൽ പ്രവേശനം നേടിയെടുത്തു. മാസങ്ങളായുള്ള ചാരനിരീക്ഷണം അവരെ പാറ്റ്കായുടെ വജ്രായുധത്തിൽ എത്തിച്ചു, കാരണം അവൻ അതിനെ ഒരു പ്രതിഷ്ഠപോലെ പൂജിച്ചിരുന്നു. പക്ഷേ ഒരു പ്രശ്നം എന്തെന്നാൽ; പാറ്റ്കാ, കമ്പിയിൽ കോർത്തിട്ട കല്ല്, ഇതുവരെ അഴിച്ചുമാറ്റുന്നത് കണ്ടിട്ടില്ല എന്നതാണ്. ചാരന്മാർ മാസങ്ങളോളം കാത്തിരുന്നു, പാറ്റ്കാ മാല ഊരാത്തത് പോരാഞ്ഞ്, ദിവസവും, കനമില്ലാത്ത കമ്പികൾക്കൊണ്ട് കല്ലും കഴുത്തുമായുള്ള ബന്ധം വലുതാക്കി കൊണ്ടിരുന്നു.

ഒരു വർഷത്തെ തന്റെ രാജകീയമായ ഭരണം കഴിഞ്ഞപ്പോൾ, ഒരു വടത്തിന്റെയത്രം കെട്ടി തന്റെ

കല്ലുമാലയ്ക്ക് വന്നു. അതിന്റെ ഭാരം സാധാരണ ഒരു മനുഷ്യന് ധരിക്കാൻ അസാധ്യമാണ്, പാറ്റ്കാ അതിന്റെ മന്ത്രശക്തിയിൽ നേടിയ കരുത്തിൽ ആ ഭീകര മാലയുമണിഞ്ഞ് അനായാസം നടന്നു. വിഷമിച്ചു വയ്യാതായ ശക്തപ്പടയ്ക്ക്, ഈ കാരണം തന്നെ ധാരാളമായിരുന്നു കല്ലിന്റെ സവിശേഷത മനസ്സിലാക്കാൻ. അവരുടെ പക്കലുള്ള എല്ലാ സ്വത്തുക്കളും വിറ്റുപെറുക്കി, അതെല്ലാം ഉപയോഗിച്ച് മറ്റൊരു രാജ്യത്തുനിന്ന് ഒരു സ്ത്രീയുടെ സഹായം വാങ്ങി, പുരുഷന്മാരെ വശീകരിച്ച് എന്തും നേടിയെടുക്കുന്ന ഒരു സ്ത്രീ. വളരെ വിദഗ്ധമായ രീതികളിൽ സഞ്ചരിക്കുന്ന അവളുടെ കൈകളിൽ നിന്ന് സ്ത്രീകൾക്ക് പോലും രക്ഷയില്ലായിരുന്നു എന്നാണ് കേട്ടുകേൾവി. അവളുടെ പേര് "മാഡലിൻ"

ഒരാഴ്ച കഴിഞ്ഞപ്പോൾ മാഡലിൻ പാറ്റ്കാ ദ്വീപിലെത്തി. കാണികളായിനിന്ന ശക്തന്മാരെക്കൊണ്ട് എന്തും ചെയ്യിപ്പിക്കാൻ അവളുടെ തീഷ്ണമായ കണ്ണുകൾ തന്നെ ധാരാളമായിരുന്നു. ഒരു നിമിഷം പോലും കളയാതെ അവൾ പാറ്റ്കായുടെ മാളിക ലക്ഷ്യമാക്കി നടന്നുനീങ്ങി. അവൾക്ക് കാവലായി വന്ന ആ ശക്തക്കൂട്ടത്തെ മടക്കിയശേഷം, തന്റെ പക്കലുണ്ടായിരുന്ന ഒരു പെട്ടി തുറന്നു, അവളുടെ ശരീരത്തിന് വേണ്ടത്ര അളവിൽ നിർമ്മിച്ച വിവിധതരം വസ്ത്രങ്ങളായിരുന്നു അതിനകത്ത്. പെട്ടിയിൽ നിന്നൊരു ചുവന്ന, ശരീരം നന്നായി മൂടാത്തതും ശരീരത്തോട് ഒട്ടിപ്പിടിച്ചിരിക്കുന്ന ഒരു വസ്ത്രമെടുത്ത് ധരിച്ചു. അതുകൂടാതെ അനേകം സ്വർണ്ണ, വെള്ളി ആഭരണങ്ങൾ കൊണ്ടലങ്കരിച്ചു. എല്ലാത്തിനും ഒടുവിൽ, അവൾ പാറ്റ്കാ മാളികയുടെ ഉള്ളിലേക്കുള്ള തന്റെ രാജകീയ നടത്തം ആരംഭിച്ചു. അവിടെ ചുറ്റിപ്പറ്റി നിന്നിരുന്ന സ്ത്രീകൾ മാഡലിന്റെ ശരീരത്തേക്ക് തുറിച്ചു നോക്കിക്കൊണ്ട് വായും

പൊളിച്ച് നിന്നു.

പാറ്റകായുടെ താടിയെല്ല് ഒടിഞ്ഞ മട്ടിലായിരുന്നു മാഡലിനെ ആദ്യമായി കണ്ടപ്പോൾ. ഏറ്റവും മഹത്തായ ഒരു സ്വാഗതം അവൻ അവൾക്കു നൽകി. പാറ്റകായുടെ മുഖം ശ്രദ്ധിച്ച ആർക്കും നിസ്സംശയം പറയാൻ സാധിക്കുന്ന ഒരു കാര്യമാണ്, മാഡലിൻ "ക" എന്ന അക്ഷരം ഉരുവിടുന്ന നിമിഷംതന്നെ അവൻ മാല പറിച്ചെടുത്ത് കൊടുക്കും എന്നകാര്യം. പക്ഷേ മാഡലിൻ, തന്നെ അവിടെ കുറച്ചുനാൾ താമസിക്കാൻ അനുവദിക്കണം എന്ന് മാത്രം ആവശ്യപ്പെട്ടു. മാഡലിൻ അവിടെ താമസിക്കാൻ തുടങ്ങിയശേഷം, വളരെ വിദഗ്ധമായി പാറ്റകായെ കൊണ്ട് മാളികയിൽ നിറഞ്ഞുനിന്ന സേനാംഗങ്ങളെ മുഴുവൻ നഗരത്തിലേക്ക് മാറ്റിച്ചു. അഭിനയത്തിന്റെ അളവുകളെ ഭേദിക്കുന്ന തരത്തിലുള്ള പ്രകടനം കാഴ്ചവച്ച മാഡലിൻ, പാറ്റകായെ പ്രേമകുപ്പിയിൽ അടച്ചു. ഒരാഴ്ചത്തെ പ്രേമനാടകം അവസാനിപ്പിച്ച് അവളത് ചോദിച്ചു, പക്ഷെ ചോദിച്ചരീതി വളരെ വ്യത്യസ്തം;

"അല്ലെയൊ പ്രിയാ, അങ്ങയുടെ കഴുത്ത് നന്നായി കഷ്ടപ്പെടുന്നുണ്ട്, ഇപ്പോൾ തന്നെ മുറിവുകൾ വന്നുതുടങ്ങി. മാലയഴിച്ച് എന്റെ കയ്യിൽ തന്നാൽ ഞാൻ എന്റെ സ്വർണ്ണമാലയിൽ കെട്ടി അങ്ങയുടെ കഴുത്തിൽ അണിയിക്കാം. ഈ ചടങ്ങിനെ നമ്മുടെ വിവാഹമായി കണ്ട്, ഭാര്യ-ഭർത്താവാകാം"

മാഡലിനെ കണ്ടതിനുശേഷം ആദ്യമായി പാറ്റകാ ആശയകുഴപ്പത്തിൽ എത്തിച്ചേർന്നു. എന്നാൽ മാഡലിന്റെ വിവാഹ പരാമർശം പാറ്റകായെക്കൊണ്ട് തന്റെ കല്ലുമാല ഊരാൻ ധൈര്യം നൽകി (ബുക്ക് അവസാനിച്ചു)

# 14

## പ്രൊഫസറിന് പറയാനുള്ളത്

ഡാനി ആകെ അസ്വസ്ഥനായി, സംഭവം എന്തെന്നാൽ ആരൊ പുസ്തകത്തിന്റെ അവസാനഭാഗങ്ങൾ വലിച്ചുകീറി എടുത്തിരുന്നു, കീറിയ പാടുകൾ വ്യക്തമായിരുന്നു. ഇത് ആരുടെ പണിയാണെന്ന് ഡാനിക്ക് മനസ്സിലായി, രാവിലേക്കായി കാത്തിരുന്ന ഡാനി, അതിരാവിലെ ഒറ്റയ്ക്ക് പ്രൊഫസറെ കാണാനായി പോയി, കണ്ടു

ഡാനി: 'താൻ എന്താടൊ വിചാരിച്ചത്? തനിക്കെന്താ പ്രശ്നം? കഴിഞ്ഞ രാത്രി ഉറക്കമൊഴിഞ്ഞ് ഈ സാധനം വായിച്ചിട്ട്, ഇതെങ്കിലും ഒന്നു ഭംഗിയായി തീർക്കാൻ താൻ സമ്മതിക്കില്ലെ, എന്തുവാടൊ ഇങ്ങനെ? ഞങ്ങൾ ഇവിടുന്ന് എവിടേം പോവൂല!'

പ്രൊഫസർ: 'അത് അനുവദിക്കാൻ പറ്റില്ല. വേറെ എങ്ങോട്ടെങ്കിലും കേറി പോ, ദയവായി സഹകരിക്കുക. ഇനി ഒരു ദിവസം പോലും നിങ്ങളിവിടെ നിൽക്കാൻ ഞാൻ അനുവദിക്കില്ല'

ഡാനി: 'എന്താ ഇവിടെ താമസിച്ചാൽ? ഒന്ന് പറഞ്ഞ് തൊലയ്ക്ക്, താൻ എന്നെ പറ്റി എല്ലാം അറിയാവുന്ന വല്ല്യ ഡിറ്റക്ടീവല്ലെ! ഞാനാ കരാർ പൂർത്തീകരിച്ചു എങ്കിൽ തന്റെ

ആൾക്കാരുടെ അവസ്ഥ ചിന്തിക്കാമൊ? അൽപ്പം നന്ദി കാണിക്കടൊ!'

പ്രൊഫസർ: 'നിനക്ക് പറ്റാത്തൊണ്ട് നീ ചെയ്യ്തില്ല. കൂടുതൽ നന്ദി പ്രസംഗം നടത്തല്ലെ! ശരിയാ എനിക്ക് നിന്നെ പറ്റി എല്ലാമറിയാം. എന്നാൽ ഒരു തരത്തിലും ആശങ്കപ്പെട്ടിരുന്നില്ല'

ഡാനി: 'നിന്ന് പഞ്ച് ഡയലോഗ് അടിക്കാതെ ഞങ്ങളെ രണ്ടുദിവസം കൂടി ഇവിടെ തുടരാൻ അനുവദിക്കെക്കെടൊ മൊരടാ! എന്റെ കൂട്ടുകാരൻ കിരൺ ബോട്ടുമായി രണ്ടുദിവസം കഴിഞ്ഞിവിടെയെത്തും, പിന്നെ ഇവിടുന്നങ്ങ് പോയിതരാമെ'

പ്രൊഫസർ: 'ഇവിടുന്ന് പെട്ടെന്ന് പോ! ഇല്ലെങ്കിൽ നീയും നിന്റെ കുടുംബം, കൂട്ടുകാർ, എല്ലാവരും ഇല്ലാതാകും!'

(വല്ലാത്തൊരു നിശബ്ദത)

പ്രൊഫസർ: 'നോക്ക് മോനെ, ഈ സ്ഥലം നീ കരുതുന്ന ഒന്നല്ല. നീ ഇന്നലെ വായിച്ച പുസ്തകം വെറുമൊരു കഥയല്ല, അതീ ദ്വീപിന്റെ സത്യമാണ്'

ഡാനി: (ചിരിക്കുന്നു) 'എന്തോന്ന്? പാറ്റ്കാ ജീവനോടെയുണ്ടൊ? മാഡലിന് സുഖമാണൊ, അവനെ നന്നായി നോക്കുന്നുണ്ടൊ?' (കളിയാക്കൽ സ്വരത്തിൽ പറഞ്ഞു)

പ്രൊഫസർ: 'നിന്നെ പൊട്ടൻ കളിപ്പിക്കുവാന്ന് കരുതേണ്ട. പാറ്റ്കാ, മായക്കല്ല്, അതൊന്നും വെറും കഥകളല്ല! ആ കല്ല് ഈ ദ്വീപിൽ തന്നെയുണ്ട്. അതിന്റെ ശക്തിയാണ് ഞങ്ങളെ ഇപ്പോഴും യുവത്വത്തിൽമുക്കി നിർത്തുന്നത്. ലോകത്തിലെ സാത്താൻ കൂട്ടത്തിൽ നിന്ന് ഞങ്ങളെ അത് സംരക്ഷിക്കുന്നു'

ഡാനി: 'നിങ്ങൾ അവസാനം പറഞ്ഞതിനോട് യോജിക്കുന്നു, പക്ഷെ ശരിക്കും നിങ്ങളുടെ യുവത്വ രഹസ്യം അതാണൊ? ഇവിടെ രഹസ്യമായി നടത്തുന്ന

ഗവേഷണങ്ങളാണതിന് കാരണം എന്നാണ് എന്റെ നിഗമനം'

പ്രൊഫസർ: 'അത് തന്റെ തീരുമാനം. ഇവിടെ നിൽക്കുന്ന ഓരോ നിമിഷവും നിങ്ങൾക്ക് ആപത്താണ്. കാര്യങ്ങൾ വഷളാകും മുമ്പ് സ്ഥലംവിട്ടൊ'

ഡാനി: 'ഇവിടെ കിടന്ന് ചത്താലും സാരമില്ല. എന്നെ കൊല്ലാൻ നിരവധി മനുഷ്യർ പിറകെ വരുന്നുണ്ട്, എനിക്കെങ്ങും പോകാനില്ല, കിരൺ എന്നൊരു കൂട്ടുകാരൻ എനിക്കില്ല. എന്താണിവിടെ പ്രശ്നം?'

പ്രൊഫസർ: (ഡാനീടെ കയ്യിൽ നിന്ന് പുസ്തകം വാങ്ങിയിട്ട്) 'ബാക്കി കഥ ഞാൻ പറയാം, ശ്രദ്ധിച്ചു കേട്ടൊ... മാഡലിൻ പാറ്റ്കായോട് അവന്റെ കല്ലുമാല ചോദിച്ചപ്പോൾ, വളരെ ആലോചിച്ചശേഷം അവനത് ഊരിക്കൊടുത്തു. പ്രതീക്ഷിച്ചത് പോലെ അവൾ തന്റെ തനിസ്വരൂപം കാട്ടി, അവളുടെ തന്ത്രങ്ങൾ ഓരോന്നും വിവരിച്ചു നൽകി. മാഡലിൻ, ചിരിയുടെ മാലപ്പടക്കം പൊട്ടിച്ച പോലെ നിന്ന് ചിരിക്കുന്നു, പാറ്റ്കാ കരച്ചിലോട് കരച്ചിൽ, കണ്ണീരിൽ കുളിച്ചു. പാറ്റ്കായുടെ മുൻ സേനാംഗങ്ങളെല്ലാം മാളികയിലെത്തി അവനെ നോക്കി കളിയാക്കി ചിരിക്കാൻ തുടങ്ങി. കടുത്ത ദേഷ്യം പൊട്ടിമുളച്ച അവന്റെ ശരീരം അവനെക്കൊണ്ടത് ചെയ്യിച്ചു; തന്റെ സ്വർണ്ണ നിറമുള്ള തോക്ക്, മേശയിൽ നിന്നെടുത്ത് മാഡലിന്റെ തലയിലേക്ക് ചൂണ്ടി, പക്ഷെ അവൾക്ക് യാതൊരു കുലുക്കവുമില്ല. കാഞ്ചിവലിച്ച പാറ്റ്കാ ഞെട്ടി, ഒന്നും സംഭവിച്ചില്ല.

തന്റെ ദീർഘകാല പരിശീലന മികവിൽ മാഡലിന്റെ ഒറ്റനീക്കത്തിൽ തോക്ക് അവന്റെ കയ്യീന്ന് പിടിച്ചുവാങ്ങി. തോക്ക് പാറ്റ്കായുടെ നെറ്റിയിൽ ചൂണ്ടി, എന്നിട്ട് നെഞ്ചിലേക്ക് മാറ്റി. പക്ഷേ നാടകം കാണിച്ച് സമയം കളയാതെ അവൾ ഉടൻ തന്നെ കാഞ്ചിവലിച്ചു, പാറ്റ്കാ വേദനിച്ച് കരയാൻ തുടങ്ങി, മുട്ടുകുത്തി നിന്നു. ദയ

തീരെയില്ലാത്ത മാഡലിൻ തന്റെ പുതിയ സേനാംഗങ്ങളെ കൊണ്ട് അവനെ ചവിട്ടി ശരിപ്പെടുത്തി. പാറ്റ്കായുടെ അവസാന നിമിഷങ്ങൾ കാണാൻ ശക്തന്മാരുമെത്തി.

"നീ എന്താടാ വിചാരിച്ചത്, കുരുട്ട് കെളവാ! ഈ നിൽക്കുന്ന പാവങ്ങളെയെല്ലാം വിഷമിപ്പിക്കാൻ നിനക്ക് എങ്ങനെ തോന്നി? നിനക്ക് എല്ലാമങ്ങ് ഒറ്റയ്ക്ക് വിഴുങ്ങണോന്ന് പറഞ്ഞാൽ എങ്ങനാ, ഒരു മര്യാദ വേണ്ടെ! നിനക്ക് ഞാനൊരു സമ്മാനം തരാം, എന്തായാലും നീ ഈ കല്ലിനെ ജീവനുതുല്യം സ്നേഹിച്ചതല്ലെ, നീ മരിച്ച സ്ഥിതിക്ക് ഈ കല്ലിന്റെ കാവൽക്കാരൻ ഇനി മുതൽ നീയാണ്" മാഡലിൻ പറഞ്ഞു.

എല്ലാവരെയും ഞെട്ടിച്ചുകൊണ്ട് പാറ്റ്കാ എണീറ്റ് നിന്നു, ഒന്നും സംഭവിച്ചിട്ടില്ല എന്ന മട്ടിൽ. മാഡലിൻ തോക്കെടുത്ത് രണ്ടാമത്തെ വെടി പൊട്ടിക്കാൻ ഒരുങ്ങി, പക്ഷേ അതിനുമുമ്പ് തന്നെ, പാറ്റ്കായ്ക്ക് ചുറ്റും പച്ചപുക പരക്കാൻ തുടങ്ങി, അതവനെ ഉരുക്കി വികൃതമായ പുക രൂപത്തിലാക്കി, അവന്റെ കരച്ചിൽ ആ ദ്വീപിൽ മുഴുവൻ അലയടിച്ചു. ആ നിലവിളികൾ മാളികയിൽ നിന്നവർക്ക് വലിയ സന്തോഷം സമ്മാനിച്ചു. ആ പുക അവസാനം ഒരു ഇരുണ്ടപുകയായി മാറി, പറന്ന് ചെന്ന് കല്ലിൽ പ്രവേശിച്ചു. ഐതീഹ്യം എന്തെന്നാൽ, കല്ലിന്റെയുടമ, തന്റെ കല്ല് മറ്റൊരാൾക്ക് കൊടുക്കുമ്പോൾ ആ കൊടുക്കുന്നയാൾ അതിന്റെ സംരക്ഷകൻ ആകുമെന്നതാണ്"

ഡാനി: (ഇടയ്ക്ക് കയറി സംസാരിക്കുന്നു) 'പാറ്റ്കാ മരിച്ചു, മാഡലിന്റെ ഭരണം ആരംഭിച്ചു. നല്ല കഥ, ഞാൻ ചോദിച്ചതിനുള്ള ഉത്തരം ഇതിൽ ഇല്ലല്ലൊ'

പ്രൊഫസർ: 'കഥ തീർന്നിട്ടില്ല! പാറ്റ്കായുടെ ആത്മാവ് കല്ലിൽ പ്രവേശിച്ച ശേഷം മാഡലിന്റെ ഭരണം ആരംഭിച്ചു. അത്രേയും നാൾ വിഷമിച്ചു കഴിഞ്ഞ ശക്തന്മാർ അവരുടെ പ്രിയരുമായി ജീവിക്കാൻ തുടങ്ങി. മാഡലിൻ ശക്തന്മാരെ

കൊണ്ട് തനിക്കവിടെ ഒരു വലിയ കോട്ട പണിതു. പത്ത് വർഷത്തിന് ശേഷം; ശക്തന്മാരും കുടുംബങ്ങളും മാഡലിൻ രാജ്ഞിയെ അവളുടെ പുതിയ കോട്ടയിൽ നിന്ന് തുരത്താനുള്ള തന്ത്രങ്ങൾ മെനഞ്ഞുതുടങ്ങി. അവരുടെ കൂട്ടത്തിലെ ഏറ്റവും ശക്തനായ മല്ലനെ, രാത്രി മാഡലിന്റെ കോട്ടയിലേക്ക് നുഴഞ്ഞ് കയറ്റിച്ചു. ഓരോ ചുവടും അതീവശ്രദ്ധയോടെ വെച്ച് മുന്നേറി, കിടക്കയിൽ സുഖമായി കിടന്നുറങ്ങുന്ന മാഡലിനെ അവൻ കണ്ടു, ഭാഗ്യം അവന്റെ പക്കലായത് കൊണ്ടാവണം മാഡലിൻ തന്റെ സ്വർണ്ണത്തിൽ തീർത്ത കല്ലുമാല മേശപ്പുറത്തു വച്ചിരിന്നു. ആർക്കും അനായാസം എടുക്കാൻതക്ക വിധത്തിൽ. ഒരു കള്ളച്ചിരിയോടെ മല്ലൻ കല്ലിന്റെ അടുത്തേക്ക് ചെന്നു, പക്ഷേ...

എന്തൊ ഭീകരമായ ഒരു രൂപം, മുറിയുടെ മൂലയ്ക്ക് നിന്നവനെ വീക്ഷിക്കുന്നത് കണ്ടവൻ പകച്ചുപോയി. പെട്ടെന്ന് തന്നെ ആ രൂപം അവന്റെ പുറത്തേക്ക് ചാടി, അവനെ തറയിൽ പതിപ്പിച്ച് അതിന്റെ കൂർത്ത നഖങ്ങൾ കൊണ്ട് മല്ലന്റെ ശക്തമായ നെഞ്ച് വലിച്ചുകീറി. മാഡലിൻ സുഖമായി കിടന്നുറങ്ങി'

ഡാനി: 'അപ്പോൾ... ആ ഇരുണ്ട രൂപം തന്നെയായിരുന്നു എന്നേയും ഉപദ്രവിച്ചത്, എന്തിനാണത് എന്നെയും ഓടിച്ചത്?'

പ്രൊഫസർ: 'കാരണം നീയും അതപഹരിക്കാൻ ശ്രമിച്ചു. നീ ജീവനോടെ നിൽക്കുന്നത് തന്നെ അത്ഭുതം'

ഡാനി: 'ഞാൻ എന്ത് ചെയ്യ്തു? ശരിയാണ്, ഞാൻ നിങ്ങളുടെ ആൾക്കാരുടെ തൊഴിൽ കളയുന്ന പദ്ധതിയിൽ ചേർന്നിരുന്നു, അതിനെനിക്ക് വലിയ താൽപ്പര്യമില്ലായിരുന്നു, എന്റെ കടങ്ങളോർത്ത് കൂട്ട് നിന്നതാ'

പ്രൊഫസർ: 'മിക്ക ആൾക്കാരും കടത്തിലാണ്, എന്നുവച്ച് അവരെല്ലാം താൻ ചിന്തിക്കുന്ന പോലെ ചിന്തിക്കണൊ? അങ്ങനെ ഉണ്ടായാൽ എന്താകും സ്ഥിതി'

ഡാനി: 'നിങ്ങളുടെ ജനങ്ങളെ രക്ഷിക്കണമെങ്കിൽ ആദ്യം ചെയ്യേണ്ടിയിരുന്നത് ആ കമ്പനിയെ തന്നെ നശിപ്പിക്കൽ ആയിരുന്നു. അവരിപ്പോൾ എന്നെ കൊല്ലാൻ നടക്കുവാ!'

പ്രൊഫസർ: 'ആ കമ്പനിയും ഉടൻ ഇല്ലാതാകും. പക്ഷേ അതാണ് എന്നെ കൂടുതൽ അലട്ടുന്നത്'

ഡാനി: 'എന്തൊക്കെയൊടൊ ഈ പറയുന്നത്? ഇയാള് അവരുടെ ശിങ്കിടിയാണൊ? ഈ ജാഡ മുഴുവൻ പ്രഹസനം ആയിരുന്നൊ?'

പ്രൊഫസർ: 'അല്ല! ഞാൻ കഥയുടെ ബാക്കിഭാഗം പറയാം. ആ മല്ലന്റെ മരണശേഷം അവിടുത്തെ ജനങ്ങൾക്ക് മാഡലിനോട് കളിക്കാൻ താൽപ്പര്യമില്ലാതായി. പിന്നേയും ഒരുപാടു വർഷത്തിന് ശേഷം അവളുടെ വലുതായി കൊണ്ടിരുന്ന കോട്ട, അനേകം കപ്പലുകളെ ആകർഷിച്ചു, കടൽക്കൊള്ളക്കാർ ദ്വീപിൽ സ്ഥിരമായി സന്ദർശനം ആരംഭിച്ചു. ദയ തീരെയില്ലാത്ത കൊള്ളക്കാരുടെ ശൗര്യം, ശക്തന്മാരുടെ ചോർന്നുപോയ ധൈര്യം തിരികെയെത്തിച്ചു. അങ്ങനെ ഒരു ദിവസം രാത്രി, ആയിരത്തോളം ശക്തന്മാരും കൊള്ളക്കാരും ചേർന്ന് കോട്ടയിൽ നുഴഞ്ഞുകയറി. മാഡലിൻ സുഖമായി ഉറങ്ങുകയായിരുന്നു അപ്പോൾ... അപ്പോൾ...'

ഡാനി: 'അപ്പോൾ എന്തോന്ന്? ആ പ്രേതം അവരെയെല്ലാം കശാപ്പ് ചെയ്തൊ? കമ്പനിക്ക് എന്ത് സംഭവിക്കും?'

പ്രൊഫസർ: 'ഒരു വലിയ ഉൽക്ക ആകാശത്ത് പ്രത്യക്ഷപ്പെട്ടു, അതീ ദ്വീപിൽ വന്ന് പതിച്ചു. എല്ലാം ചിന്നിച്ചിതറി! എല്ലാവരും മരണപ്പെട്ടു. വിശ്വാസം എന്തെന്നാൽ; പാറ്റ്കായുടെ പകയാണാ ഉൽക്ക എന്നാണ്'

ഡാനി: 'നിങ്ങൾ എന്ത് വിഡ്ഢിത്തമാണീ വിളമ്പുന്നത്? ഈ കെട്ടുകഥകളും വിശ്വസിച്ചങ്ങ് നടക്കുവാണൊ!'

പ്രൊഫസർ: 'നിനക്ക് പ്രേതങ്ങളിൽ വിശ്വാസമുണ്ടെങ്കിൽ ഇതും വിശ്വസിച്ചെ മതിയാകൂ. ഞങ്ങൾ ഈ ദ്വീപിനുള്ളിൽ നിന്ന് പഴയകാല ഉപകരണങ്ങൾ കണ്ടെത്തിയിരുന്നു. അങ്ങനെ കണ്ടെടുത്തതിൽ നിന്ന് കിട്ടിയ ഒരു പരന്ന പാറക്കഷ്ണത്തിൽ നിന്നാണ് ഈ സ്ഥലത്തിന്റെ ഭൂതകാലം ഞങ്ങൾ അറിയുന്നത്. ഈ ഭൂതകാലം അറിയുന്നവർക്ക് ഈ ദ്വീപുവിട്ട് പോകാൻ സാധിക്കില്ല. ഞാൻ ഒരുപാട് തവണ നിനക്ക് താക്കീത് നൽകിയതാ'

ഡാനി: 'പക്ഷെ ഇവിടെയുള്ള ഭൂരിഭാഗം ആളുകളും ലോകത്തിന്റെ വിവിധഭാഗങ്ങളിൽ ജോലിക്ക് വേണ്ടി പോകാറുണ്ടല്ലൊ! മറ്റേ കമ്പനി എങ്ങനെയാ ഇത് കണ്ടുപിടിച്ചത്?'

പ്രൊഫസർ: 'ഇവിടെ ജീവിക്കുന്ന കുറച്ചുപേർക്ക് മാത്രമേ ഇതൊക്കെ അറിയാവൂ. ഒരു കമ്പനിക്കും ഇതൊന്നും അറിയില്ല. അവർ വെറുതെ ഞങ്ങളുടെ ദ്വീപിലെ ആൾക്കാരിൽ ഒരു അദൃശ്യപഠനം നടത്തി, അത്രേയുള്ളൂ'

ഡാനി: 'അവരെന്തിനാ നിങ്ങളുടെ ആളുകളിൽ പഠനം നടത്തിയത്? എന്തുവാ അവരുടെ കണ്ടെത്തലുകൾ? കഥ വല്ലതും കണ്ടെത്തിയൊ?'

പ്രൊഫസർ: 'കഥ കഥ എന്ന് പറയുന്നത് ഒന്ന് നിർത്താമൊ! നടന്ന സംഭവമാന്ന് പറഞ്ഞില്ലേ... എന്താ സംഭവിച്ചതെന്നാൽ, ഞങ്ങളുടെ ദ്വീപുകാരുമായി ബാക്കി രാജ്യക്കാർ, ജോലി സ്ഥലങ്ങളിൽ സൗഹൃദം സ്ഥാപിക്കുകയും, അവർ യൗവനം നിലനിർത്തുന്ന കാര്യം മനസ്സിലാക്കുകയും ചെയ്ത്തു'

ഡാനി: 'അത് സത്യമാ. ഞാനും അങ്ങനെ ചിന്തിച്ചിട്ടുണ്ട്. അതെന്താ അങ്ങനെ? നിങ്ങളുടെ ദ്വീപിലെ ആൾക്കാർ

മരിക്കില്ലെ?'

പ്രൊഫസർ: 'അതിനെപ്പറ്റി കൂടുതലൊന്നും അറിയില്ല. ഇവിടെ ജീവിക്കുന്ന ഏറ്റവും പ്രായംചെന്ന മനുഷ്യൻ, ഇന്നലെ നാനൂറ്റിയിരുപത്തിരണ്ട് വയസ്സ് കഴിഞ്ഞു'

ഡാനി: 'ങ്ങേ! അപ്പോൾ അതെല്ലാം സത്യമാണല്ലെ! എന്നിട്ട് എന്താ സംഭവിച്ചത്? വയസ്സ് പഠനങ്ങൾ?'

പ്രൊഫസർ: 'വിചാരിച്ചത് പോലെ, ഞങ്ങളുടെ യൗവന കഥകൾ പരക്കാൻ ആരംഭിച്ചു, ദുഷ്ടരായ പല സംഘങ്ങളും 'വയസ്സ് പിറകിലേക്ക് സഞ്ചരിക്കുന്നവർ' എന്ന് മുദ്രകുത്തിയ ഞങ്ങളെ പിന്തുടരാൻ ആരംഭിച്ചു. പല സ്ഥലങ്ങളിലായി ജോലി ചെയ്യുന്ന ഞങ്ങളുടെ ആൾക്കാരെ മുഴുവൻ അവർ നിരീക്ഷിച്ചു. വയസ്സിന്റെ, ഒഴിവാക്കാൻ കഴിയാത്ത ചർമ്മനാശം എന്നതിൽ നിന്ന് രക്ഷനേടുന്നവർ എന്നതിന് പുറമേ ഞങ്ങൾക്ക്; ബലത്തിലും, സൗന്ദര്യത്തിലും, ബുദ്ധിശക്തിയിലും വലിയ ഉയർച്ചകൾ ഉണ്ടായിരുന്നു എന്നും അവർ മനസ്സിലാക്കി. നൂറിലധികം കപ്പലുകൾ, വാഹനങ്ങൾ അവർ ഇങ്ങോട്ടേക്ക് പഠനം നടത്താനയച്ചു, പക്ഷെ ഞങ്ങളുടെ അതിർത്തി കടക്കാൻ നൂറ് കിലോമീറ്റർ അകലെ തന്നെ അവരെല്ലാം നശിച്ചു'

ഡാനി: 'ആ ഉൽക്ക വന്ന് പതിച്ച സംഭവം... അതെന്റെ മനസ്സീന്ന് പോകുന്നില്ല, വല്ലാത്തൊരു അവസാനം ആയിപ്പോയി. ആ ഉൽക്ക, മായക്കല്ലിനെ നശിപ്പിച്ചില്ലെ? കടലിനടിയിൽ ഉണ്ടായിരിക്കുമല്ലെ?'

പ്രൊഫസർ: (ചിരിക്കുന്നു) 'മോനെ, ഞാനും എന്റെ ജിയോളജി സംഘവും ഈ ദ്വീപിന്റെ അടിത്തട്ടിൽ ഒളിഞ്ഞിരിക്കുന്ന രഹസ്യങ്ങൾ കണ്ടെത്താൻ കുറേ ഗവേഷണങ്ങൾ ഇവിടെ നടത്തിയിട്ടുണ്ട്. അങ്ങനെ കണ്ടെത്തിയ രഹസ്യമാണ്, അന്ന് പതിച്ച ഉൽക്കയാണ് ഇപ്പോഴത്തെ തുടോരൗ ദ്വീപ്. നിന്റെ കളിയാക്കൽ ഭാവം ഒന്ന്

നിർത്തിക്കെ! ഞങ്ങൾ അവസാനമൊരു നിഗമനത്തിൽ എത്തിച്ചേർന്നു; അന്നത്തെ ഉൽക്ക കൊണ്ട് ഒരു വലിയ മല തുടോറൗ ദ്വീപിന് മുകളിൽ സൃഷ്ടിക്കപ്പെട്ടു. വർഷങ്ങളെടുത്ത പരിണാമത്തിന്റെ ഫലമായി; സമുദ്രനിരപ്പുയർന്ന്, ആ ഉൽക്കമല ഇപ്പോഴത്തെ ദ്വീപായി. തുടോറൗ ദ്വീപിന്റെ രണ്ടാമത്തെ അദ്ധ്യായം അതോടെ ആരംഭിച്ചു'

ഡാനി: 'നിങ്ങൾക്കാ മായക്കല്ല് കണ്ടെത്താൻ സാധിച്ചൊ? ഇവിടം കുഴിച്ച് നോക്കിയാൽ കിട്ടില്ലെ?'

പ്രൊഫസർ: 'ഇല്ല. ഇവിടെ കുഴിച്ചിട്ട് കാര്യമില്ല! പണ്ടത്തെ ദ്വീപും ആ ഉൽക്കയുമായി രൂപംകൊണ്ട ബന്ധം വളരെ ശക്തിയേറിയതാണ്. ആയിരക്കണക്കിന് ബോംബുകൾ കൊണ്ട് ഒരുപക്ഷെ അത് സാധിക്കും, പക്ഷെ അങ്ങനെ സംഭവിക്കുന്നതിന് മുമ്പ് ഈ ദ്വീപ് തന്നെ ഇല്ലാതാകും'

ഡാനി: 'അതൊക്കെ അങ്ങയുടെ തോന്നലുകൾ ആണെങ്കിലൊ? ചിന്തിച്ചു നോക്കൂ സാർ, നമ്മൾ ആധുനിക സമൂഹത്തിന്റെ സഹായം തേടിയാൽ; അവർ തീർച്ചയായും ഈ ദ്വീപിന്റെയുള്ളിൽ നിന്നും ആ കല്ല് പുറത്തെടുക്കും, ഈ ദ്വീപ് നശിപ്പിക്കാതെ തന്നെ. അങ്ങനെ സംഭവിച്ചാൽ, ആ മായക്കല്ല് കൊണ്ട് മനുഷ്യകുലം അനുഭവിക്കുന്ന എല്ലാ പ്രശ്നങ്ങളും പരിഹരിക്കപ്പെടും... ഭൂമിയുടെ നടുഭാഗത്ത് കല്ല് വച്ചാൽ പോരെ. മനുഷ്യർ പല കഷ്ടപ്പാടുകളിൽ നിന്നും സ്വതന്ത്രരാകും'

പ്രൊഫസർ: 'ഞാൻ അങ്ങനെ കരുതുന്നില്ല. നീ എങ്ങനെ ഇത്തരമൊരു കാര്യം ചിന്തിച്ചെന്ന് എനിക്ക് മനസ്സിലാക്കാൻ കഴിയുന്നില്ല'

ഡാനി: 'ഞാൻ ചുമ്മാ ഒരു തമാശയ്ക്ക് പറഞ്ഞതാ. ലക്ഷക്കണക്കിന് ആളുകൾ ഇപ്പോഴും പട്ടിണി കിടന്ന് മരിക്കുന്നുണ്ട്, കൂടാതെ മനുഷ്യജീവിതം ഒരു ശാപം എന്ന

രീതിയിലാണ് പലരും കാണുന്നത്, ഏത്! റോബോട്ടിക്
ദമ്പതികളുള്ള ഈ കാലത്ത്. അതൊക്കെ പോട്ടെ,
എനിക്കിവിടെ കുറച്ച് ദിവസം നിൽക്കാൻ അനുവാദം
തരുമൊ'

പ്രൊഫസർ: 'ഞാൻ നേരത്തെ പറഞ്ഞില്ലെ, തനിക്കിനി
ഇവിടെ നിന്ന് പോകാൻ സാധിക്കില്ല, കാരണം താൻ എന്നെ
കൊണ്ട് ആ കഥ പറയിപ്പിച്ചു, താനും ഇപ്പോൾ അതിന്റെ
പിടിയിലാണ്"

ഡാനി: 'എന്നോടീ ശാപക്കഥ പറയാതെ തന്നെ എന്നെ
ഇവിടെ നിർത്താൻ അനുവദിച്ചിരുന്നേൽ ഈ പ്രശ്നം
വല്ലതും ഉണ്ടാകുമായിരുന്നൊ!'

പ്രൊഫസർ: 'നോക്ക് മോനെ ഇത് വഴക്കിടാനുള്ള
സമയമല്ല. പ്രശ്നം എന്തെന്നാൽ ഈ ദ്വീപിന്റെ അസാധാരണ
സ്വഭാവം എത്രപേർക്ക് അറിയാം എന്നതാണ്! ഒരു
രണ്ടാമത്തെ ഉൽക്കയുടെ വരവ് എന്നെ ഭയപ്പെടുത്തുന്നു'

ഡാനി: 'വിഷമിക്കേണ്ട സാർ, അവർ ഒരിക്കലും ഇത്
കൂടുതൽ പ്രചരിപ്പിക്കില്ല. അവർക്ക് വേണ്ടത് അവർക്ക്
വേണ്ടി മാത്രം ഉപയോഗിക്കാനാണ്. ഞാൻ കരുതുന്നത്,
നമ്മൾ ആ മായക്കല്ല് കണ്ടെത്തി, അത് നിങ്ങൾ സ്വയം
സൂക്ഷിക്കണം, അപ്പോൾ നിങ്ങൾക്ക് ആ കല്ല് രക്ഷ തരും.
നിങ്ങളിവിടെ തന്നെ ശിഷ്ടകാലം കഴിയുന്നത് കൊണ്ട് ഈ
ദ്വീപിനെ ആരും നശിപ്പിക്കാൻ വരില്ല'

പ്രൊഫസർ: 'അത് പറ്റില്ല. ദ്വീപിനും ഉൽക്കയ്ക്കും
ഇടയിൽപെട്ട ആ കല്ലെടുക്കാൻ ശ്രമിച്ചാൽ, അതിന്റെ ശക്തി
നമ്മളെ ഇല്ലാതാക്കും. എല്ലാത്തിനേയും പോലെ അതിന്
വലുത് അത് തന്നെയല്ലേ. ഈ ഉൽക്കദ്വീപിനെ
അതില്ലാതാക്കും!'

(നിശബ്ദത)

# 15

# അങ്ങനെ സംഭവിക്കുമൊ !

(ആരൊ ഓടിവരുന്ന ശബ്ദം) ലേസി ഓഫീസിലേക്ക് ഓടിക്കയറി

ലേസി: 'ഇവിടെ എന്ത് സംഭവിച്ചു? നിങ്ങൾ എന്താ വല്ലാതിരിക്കുന്നത്?'

ഡാനി: 'മുഴുവൻ വിശദീകരിക്കാൻ ബുദ്ധിമുട്ടാണ്. ഒന്ന് ചുരുക്കി പറഞ്ഞാൽ; മറ്റെ ഇരുണ്ടപ്രേതം ശരിക്കും പ്രേതം തന്നെയായിരുന്നു, ഈ ദ്വീപിലുള്ളവർ നമ്മുക്ക് നേരെ അയച്ചുവിട്ട രാക്ഷസരൂപം! നീ മറ്റേതെങ്കിലും രാജ്യത്തേക്ക് വിട്ടൊ, എനിക്ക് ഇവിടുന്നിനി പുറത്തുപോകാൻ കഴിയില്ല, ഇനി ഒരിക്കലും'

ലേസി: 'എന്തോന്നാ ഈ പറയുന്നത്? നിങ്ങൾ മദ്യം കഴിക്കുവായിരുന്നൊ? പക്ഷേ നീ പറഞ്ഞത് സത്യമാണെങ്കിൽ നിന്റെ മാതാപിതാക്കളെ അത് ഇല്ലാതാക്കിയതൊ? അവർക്കീ കരാറുമായി ഒരു ബന്ധവും ഇല്ലാലൊ! പറയുന്നത് കഥയാണേലും അത് വിശ്വസിക്കുന്ന തരത്തിൽ പറ'

(നിശബ്ദത)

ഡാനി: 'പ്രൊഫസർ? ലേസി പറഞ്ഞതിലും കാര്യമുണ്ട്, എല്ലാം വെറും കഥകൾ ആയിരുന്നൊ?'

പ്രൊഫസർ: 'ഇതിനെല്ലാം എങ്ങനെ പ്രത്യേക വിശദീകരണം നൽകണമെന്ന് എനിക്ക് അറിയില്ല. കല്ലിന്റെ കാവലൻ, കല്ലിരിക്കുന്ന ഈ ദ്വീപിനെ സംരക്ഷിക്കാൻ, അതിൽ ജീവിക്കുന്ന ആളുകളെ സംരക്ഷിക്കാൻ, അതിനെതിരെ പ്രവർത്തിക്കുന്ന എല്ലാത്തിനേയും നശിപ്പിക്കാൻ ശ്രമിക്കും. ഇത്രേ എനിക്കറിയാവൂ'

ഡാനി: 'അങ്ങനെ നോക്കുമ്പോൾ ശരിയാണ്. എന്റെ അച്ഛൻ നിങ്ങളുടെ ദ്വീപ്വാസികൾക്കെതിരെ കള്ള നികുതിത്തട്ടിപ്പ് കേസ്, ഫയൽ ചെയ്യാനായി കൈക്കൂലി വാങ്ങിയ മെസ്സേജുകൾ ഞാൻ കണ്ടിരുന്നു'

പ്രൊഫസർ: (നന്നായി ചിന്തിക്കുന്നു) 'ഓഹൊ അപ്പോൾ എല്ലാം അവരുടെ പദ്ധതിയുടെ ഭാഗമായിരുന്നു... ഞങ്ങളുടെ ദ്വീപ് വാസികൾക്കെതിരെ കള്ളക്കേസ് ഉണ്ടാക്കി, അവരെ ഭീമമായ പിഴത്തുക കെട്ടിവയ്യ്ക്കാൻ സമ്മർദം ചെലുത്തുക. അങ്ങനെ അവരെക്കൊണ്ട് തന്നെ അവരുടെ ഇവിടുത്തെ സ്ഥലം വിൽപ്പിക്കുക'

ഡാനി: 'അതും ശരിയാണല്ലൊ. ഈ സ്ഥലം കൈക്കലാക്കി ഇതു മുഴുവൻ കുത്തിത്തോണ്ടി അവർക്ക് നശിപ്പിക്കണം. അവരെ തടയാൻ എന്തെങ്കിലും മാർഗ്ഗമുണ്ടോ സാർ? തടയേണ്ട ആവശ്യമുണ്ടോ? മറ്റേ ഭൂതം രക്ഷിക്കില്ലെ നമ്മളെ?'

പ്രൊഫസർ: 'അത് ശരിയാണ്, പക്ഷേ രക്ഷിച്ചില്ല എങ്കിൽ? ചോദ്യങ്ങൾ വല്ലാതെ അലട്ടുന്നു!'

ഡാനി: 'ഈ ദ്വീപ് പ്രവേശനനിരോധിത സ്ഥലമായി പ്രഖ്യാപിച്ചുകൂടായിരുന്നൊ, പണ്ടേ? അങ്ങനായിരുന്നേൽ അവരെ തടുക്കാൻ നിയമസഹായം തേടാമായിരുന്നു'

പ്രൊഫസർ: 'അത് പറ്റില്ല, പുറത്ത് നിന്ന് നോക്കിയാൽ ഈ ദ്വീപ് കാണാൻ സാധിക്കില്ല, ഡാനിയും ഭാര്യയും ഇവിടെ ജീവനോടെ എത്തിച്ചേർന്നത്, ഞങ്ങളുടെ ആളുകൾക്കൊപ്പം വന്നതുകൊണ്ടാണ്. അല്ലാത്തവർക്ക് ഇങ്ങനെയൊരു ദ്വീപ്

ഉണ്ടെന്ന് പോലും അറിയില്ല!'

ഡാനി: (ഭീകരമായി ചിന്തിക്കുന്നു) 'അപ്പോൾ... നിങ്ങളുടെ ആൾക്കാർ സഞ്ചരിച്ച പരിണാമവഴികൾ വ്യത്യസ്തമാണ്, അല്ലെ? വിശ്വസിക്കാൻ കഴിയുന്നില്ല. എന്തായാലും, ഇനിയിപ്പോൾ എന്താ ചെയ്യേണ്ടത്?'

പ്രൊഫസർ: 'അതോർത്ത് നിങ്ങൾ വിഷമിക്കേണ്ട, മറ്റു രാജ്യങ്ങളിൽ ജോലിചെയ്യുന്ന ഞങ്ങളുടെ ആൾക്കാരെ മുഴുവൻ ഇങ്ങോട്ട് തിരികെ വിളിച്ചിട്ടുണ്ട്, അവർ ഉടൻ തിരിച്ചുവരും. പിന്നെ ആർക്കും ഇവിടെ കയറി മേയാൻ കഴിയില്ല'

ഡാനി: 'അല്ല, നിങ്ങളുടെ ദ്വീപുകാർ എന്തിനാ ബാക്കി രാജ്യങ്ങളിൽ പോയി ജോലി ചെയ്യുന്നത്? ഈ സ്ഥലം അവർക്ക് മതിയായില്ലെ? ആ പാറ്റ്കാ കഥയിൽ വ്യക്തമായി പറയുന്നുണ്ട് ഇവിടെ എല്ലാവിധ സൗകര്യങ്ങളും ഐശ്വര്യവും ഉണ്ടെന്ന്, നിങ്ങൾക്ക് അതൊന്നും പോരായിരുന്നോ?'

പ്രൊഫസർ: 'അത് മതിയായിരുന്നു, പക്ഷെ കൂടുതൽ പഠിക്കാനും നേടാനും അവർ തീരുമാനിച്ചു പോയി. ഞങ്ങളുടെ തെറ്റാണ്, സമ്മതിക്കുന്നു. നിങ്ങളെ പോലെ തന്നെ ഞങ്ങൾക്കും വളരാനുള്ള ത്വര മനസ്സിലുണ്ട്. ആ ത്വര തന്നെയായിരുന്നു ഈ കല്ലിന്റെ ചരിത്രവും മറ്റും ഞങ്ങൾ അറിയാനുള്ള കാരണം'

ഡാനി: 'ശരിയാ, നിങ്ങളും ഞങ്ങളെ പോലെ തന്നെ! മറ്റേ പഴഞ്ചൊല്ല് "കുറച്ചുള്ളത് തന്നെ ധാരാളം" നമ്മൾ ഒരിക്കലും അംഗീകരിക്കില്ല'

(മറ്റാരൊ ഓടി വരുന്ന ശബ്ദം) ആരൊ ഓഫീലേക്ക് ഓടി കയറി, വാതിൽ ശക്തമായി തുറന്ന അയാൾ ശക്തമായി ശ്വാസം എടുത്തുകൊണ്ട് നിന്നു, എന്നിട്ട് പറഞ്ഞു "സാർ, അവർ വരുന്നുണ്ട്... നമ്മുടെ ആളുകളെ ബന്ധനത്തിൽ

വച്ചുകൊണ്ട്" പ്രൊഫസർ വിയർക്കാൻ തുടങ്ങി, പാറ പോലെ ഉറച്ചുനിന്നു.

ഡാനി: 'സാർ, ഇനി എന്താണ് ചെയ്യേണ്ടത്?'

പ്രൊഫസർ: (ഭയത്തോടെ ആ ദൂതനെ നോക്കിക്കൊണ്ട്) 'അവർ എത്ര പേരുണ്ട്? ദയവായി ഒരു ചെറിയ അക്കം പറയൂ!'

"അവർ നൂറിലധികം യുദ്ധകപ്പലുകളുമായിട്ടാ... അത്യാധുനിക ആയുധങ്ങളും... എന്താ ചെയ്യാ" ദൂതൻ മറുപടി നൽകി

ഡാനി, ലേസി, പിന്നെ ആ ദൂതനും പ്രൊഫസറിന്റെ ആശയക്കുഴപ്പ മുഖഭാവം നോക്കിനിന്നു. ജിയോളജി ഓഫീസിനെ രണ്ടിഞ്ച് ചലിപ്പിച്ച്, ഒരു വലിയ പൊട്ടിത്തെറി ശബ്ദം കേട്ടപ്പോൾ മറ്റൊരു ദൂതൻ ഓഫീസിൽ ഓടിക്കയറി അലറിക്കൊണ്ട് പറഞ്ഞു; "ഓടിക്കോ! ഓടി രക്ഷപ്പെട്ടോ!" എന്നിട്ടപ്പോൾ തന്നെ അയാൾ ഇറങ്ങിയോടി. ഒന്നാമത്തെ ദൂതനും ഓടി, ഒരു വെടിയുണ്ട തറച്ചുകയറിയ പോലെയിരിക്കുന്ന പ്രൊഫസറിനെ നോക്കി ഡാനി ലേസി അവിടെ നിന്നു.

ഡാനി: 'സാർ, ബാ നമ്മുക്ക് പോകാം'

പ്രൊഫസർ വീണ്ടും ഒരു പൊട്ടനെപ്പോലെ നിന്നു. ദമ്പതികൾ അയാളുടെ കയ്യിൽപിടിച്ച് വലിച്ചുകൊണ്ട് പുറത്തേക്ക് പോയി, അവർ പെട്ടെന്ന് ക്ഷീണിക്കാൻ തുടങ്ങി. പൊട്ടിത്തെറി ശബ്ദങ്ങൾ അവിടം നിറഞ്ഞു. എങ്ങോട്ടെന്നില്ലാതെ ഓടുന്ന ദ്വീപ്വാസികൾ കൂടുതലും കടലിലേക്ക് എടുത്തുചാടി.

പ്രൊഫസർ: 'സമയം അതിക്രമിച്ചു! ഇനി ഒന്നും ചെയ്യാൻ സാധിക്കില്ല. എന്തൊ വലുത് വരാനിരിക്കുന്നു'

ഡാനി: 'നോക്ക് അവർ എങ്ങോട്ടെന്നില്ലാതെ മിസൈൽ പറത്തി രസിക്കുവാണ്! എന്ത് മനുഷ്യര്!'

അത്ഭുത പ്രതിഭാസമായ തുടോറൗ ദ്വീപ്, നൂറിലധികം യുദ്ധകപ്പലുകളും അല്ലാത്ത കപ്പലുകളും കൊണ്ട് നിറഞ്ഞു. എല്ലാ കപ്പലിലും ഒരു ദ്വീപ് വാസിയെ കെട്ടിയിട്ടിട്ടുണ്ട്. ലക്ഷക്കണക്കിന് സൈനീകരേയും അത്യാധുനിക ഉപകരണങ്ങളും ദ്വീപ് നിറഞ്ഞു. വലിയ മെഷീൻ ഡ്രില്ലറുകർ അവരുടെ പരിപാടികൾ തുടങ്ങി, ദ്വീപിലുണ്ടായിരുന്ന എല്ലാ കെട്ടിടങ്ങളും ഇടിച്ച് നിരപ്പാക്കി, അവയ്ക്കകത്ത് ആരെങ്കിലും ഉണ്ടോ എന്നുപോലും നോക്കാതെയുള്ള ഇടിച്ച് നിരപ്പാക്കൽ പുരോഗമിച്ചുകൊണ്ടിരുന്നു. ജീവനും കൊണ്ടോടിയ കുറച്ച് ദ്വീപുകാരെ കപ്പലിൽ കയറ്റാനുള്ള മനസ്സ് കാണിച്ചത്, അവരിൽ അതിക്രൂരമായ പരീക്ഷണങ്ങൾ നടത്താനാണെന്ന സത്യം മനസ്സിലാക്കാതെ നിഷ്കളങ്കരായ അവർ കപ്പലിൽ അഭയം പ്രാപിച്ചു.

ശരിയാണ്, ദ്വീപിന് രക്ഷനേടാൻ യാതൊരു മാർഗ്ഗവും മുന്നിലില്ല. മായക്കല്ല് സ്വയരക്ഷയ്ക്കായി തന്നെ അപഹരിക്കാൻ വന്നവരെ മുഴുവൻ ഉടൻ ഇല്ലാതാക്കും; രണ്ടുപേരിൽ ഒരാളെ രക്ഷിക്കാനുള്ള അവസരത്തിൽ എപ്പോഴും സ്വയരക്ഷ കഴിഞ്ഞല്ലെ ബാക്കിയെന്തും! ഡാനിയും കൂട്ടരും പാതിപൊളിഞ്ഞ ഒരു കെട്ടിടത്തിൽ അഭയം പ്രാപിച്ചു. അവരുടെ നഷ്ടപ്പെട്ടുപോയ ശ്വാസചിട്ട തിരിച്ചുപിടിക്കും മുമ്പ്, ഒരു വലിയ ശബ്ദത്തിൽ മേൽക്കൂര ഇടിഞ്ഞു. പ്രൊഫസർ തന്റെ മാലയിലെ ലോക്കറ്റൂരി അതിൽ നിന്നും ഒരു കടലാസ് കഷ്ണമെടുത്തു ഡാനിക്ക് നൽകി.

പ്രൊഫസർ: 'ഇതാ മോനെ, നീയിത് വായിക്ക്'

പ്രൊഫസർ യുദ്ധഭൂമിയിൽ ഓടിയിറങ്ങി, ഒറ്റയ്ക്ക് നിന്ന ഒരു സൈനീകനെ പിറകിൽ ചെന്ന് ആക്രമിച്ചു കീഴടക്കി തോക്ക് കൈക്കലാക്കി. പ്രൊഫസർ തുരുതുരാ വെടിവെച്ചെങ്കിലും സൈനീകരുടെ ഇരുമ്പ് യൂണിഫോം യാതൊരു പോറലും ഏൽക്കാതെ ചിരിച്ചുനിന്നു. അവരെല്ലാം

പ്രൊഫസറെ വെടിവെച്ച് വീഴ്ത്തി. ദമ്പതികൾ ഒരു പൊളിഞ്ഞുകിടക്കുന്ന മതിലിനിടയിൽ ഒളിച്ചിരുന്നു, ഡാനി പ്രൊഫസർ തന്ന കടലാസ് കഷ്ണം എടുത്തു വായിക്കാൻ തുടങ്ങി.

ആമുഖം – പണ്ടൊരിടത്ത്, മനുഷ്യർ ആദ്യമായി മണ്ണിനെ കുഴിക്കാനുള്ള ഉപകരണങ്ങൾ കണ്ടെത്തിയ സമയം, ഒരു കൂട്ടം മനുഷ്യർ ഒരു വല്ലാത്തൊരു കല്ല് കണ്ടെത്തി. പൊട്ടിക്കാൻ പ്രയാസം ഏറിയതും, അകത്ത് തീ നിറത്തിലുള്ള ദ്രാവകം ഓടിക്കളിക്കുകയും ചെയ്യുന്ന ഒരു കല്ല്. അത് പൊട്ടിച്ച് രുചി നോക്കാൻ ആവത് ശ്രമിച്ചെങ്കിലും എല്ലാം പരാജയപ്പെട്ടു. ആ വർഷം അവർക്ക്, കൂറേ മാസങ്ങൾക്ക് ശേഷം നല്ല മഴയും അതോടൊപ്പം നല്ല വിളവും ലഭിച്ചു. ഒരു തരത്തിലുള്ള പകർച്ചവ്യാധികളും ആ വർഷം അവരെ തേടി എത്തിയില്ല. അവർക്ക് ഉറപ്പായിരുന്നു ആ കല്ലിന്റെ ശക്തിയാണ് അവർക്ക് ഐശ്വര്യം തന്നതെന്ന്. ഒരു കോവിൽ നിർമ്മിച്ച് കല്ലിനെ അവിടെ പ്രതിഷ്ഠ വച്ചു, പൂജകൾ നടത്തി. ഭക്ഷണവും വെള്ളവും സമർപ്പിച്ചു. ഒരു വർഷം കഴിഞ്ഞപ്പോൾ–

ഡാനി: (ലേസിയോട്) 'ആ ഗ്രാമം വെള്ളത്തിൽ മുങ്ങിപ്പോയി, പിന്നെ ആരും കണ്ടിട്ടില്ല'

ഡാനിയും ലേസിയും വിയർക്കാൻ തുടങ്ങി, അവരുടെ അവസ്ഥ ഓർത്തിട്ടല്ല, മുകളിൽ എന്തൊ കണ്ടിട്ടാണ്...

(ഉഗ്ര ശബ്ദം)

ഒരു ദ്വീപിനത്രേം വലുപ്പംവരുന്ന ഒരു ഭീമൻ കല്ല്, തുടോറൗ ദ്വീപിന്റെ ഹൃദയത്തിൽ പതിച്ചു, ഉൽക്ക-ദ്വീപിനെ അത് ചിന്നഭിന്നമാക്കി. നടന്ന ആഘാതം വളരെ വലുതായിരുന്നു, അത് ദ്വീപിനെ മാത്രമല്ല കഥ നടന്ന, എഴുത്തുകാരന്റെ ഭാവനയിൽ നിർമ്മിച്ച ആ ഗ്രഹം തന്നെ ഇല്ലാതാക്കി...

# ഉപസംഹാരം

ഡാനി എഴുന്നേറ്റു, ഒരു കണ്ണാടി കുപ്പിക്കുള്ളിലാണ് അവൻ. എന്താ സംഭവിച്ചത് എന്നറിയാതെ മിഴിച്ചുനിന്നു. കുപ്പിയിൽ പറക്കാം, പക്ഷെ പുറത്ത് കടക്കാൻ കഴിയില്ല. ഡാനി തന്റെ പരിസരം വീക്ഷിച്ചു; തന്റെ ഭാര്യ, അച്ഛരൻ, അമ്മ, കൂട്ടുകാർ, സാം, പ്രൊഫസർ, മറ്റുള്ളവർ, എല്ലാവരും അൽപ്പം ദൂരെ ഓരൊ കുപ്പികളിൽ പറക്കുന്നു, ഈ കുപ്പികളെല്ലാം ഒരു വലിയ ഷെൽഫിൽ അടുക്കി വെച്ചിരിക്കുന്നു.

(കതക് തുറക്കുന്ന ശബ്ദം)

തല വരെ വസ്ത്രം ധരിച്ച ഒരാൾ, വാതിൽ തുറന്ന് അകത്തു കയറി. അയാൾ പതുക്കെ നടന്ന്, കുപ്പികളുടെ അടിഭാഗത്ത് ഒട്ടിച്ചിരിക്കുന്ന കടലാസ് കഷ്ണം വായിച്ച് വായിച്ച് നടന്നു. ഡാനിയുടെ കുപ്പിയുടെ അടുത്ത് എത്തിയപ്പോൾ അയാൾ ആ കുപ്പി കയ്യിലെടുത്തു, മുഖത്തേക്ക് അടുപ്പിച്ചു.

അയാൾ: 'ഒരിക്കൽ കൂടി സ്വാഗതം'

ഡാനി: 'ആരാ നീ? എന്താണിതൊക്കെ? ഞാൻ എന്താ കുപ്പീന്ന് വന്ന ഭൂതമായിരുന്നോ? അപ്പോൾ അവരൊ? ദേ അവിടെ ഒരു കുപ്പിയിൽ ഒരാൾ മരിച്ചു കിടക്കുന്നു, എന്തുവാടൊ ഇതെല്ലാം!'

അയാൾ: 'സമാധാനിക്കെടൊ! തന്റെ പ്രശ്നങ്ങൾ ഞാൻ മനസ്സിലാക്കുന്നു. വായനക്കാരും തന്റെ അവസ്ഥയിലാണുള്ളത്. നീ ഇപ്പോൾ സാഹിത്യ കടലിന്റെ അറയിലാണുള്ളത്, അവിടെയാണ് എല്ലാ കഥാപാത്രങ്ങളുടേയും ആത്മാവ് കുടികൊള്ളുന്നത്. നിന്നെ ഞാൻ ഇതിൽ നിന്നാണ് പൊക്കിയത്'

ഡാനി: 'അപ്പോൾ ഞങ്ങളെല്ലാം നിനക്ക് വെറും കഥാപാത്രങ്ങൾ മാത്രം? വെറുതെ നിന്ന് പൊട്ടത്തരം

പറയാതെടൊ! തനിക്ക് ഭ്രാന്താണൊ?'

അയാൾ: 'എന്തിനാ വിഷമിക്കുന്നത്? നിങ്ങൾക്ക് നന്ദി അറിയിക്കാൻ വന്നതാ ഞാൻ. വളരെ ഭംഗിയായി നിങ്ങളുടെ ജോലി നിങ്ങൾ ചെയ്തു. വായനക്കാർക്ക് ഇഷ്ടപ്പെട്ടു, നല്ല മുഖഭാവങ്ങൾ, വർത്തമാനങ്ങൾ, ശരിക്കും ജീവിച്ചു. എന്റെ കയ്യൊപ്പില്ലാതെ തന്നെ നിങ്ങൾ കഥ മുന്നോട്ടു കൊണ്ടുപോയി, ഗംഭീരം'

ഡാനി: 'നിങ്ങൾക്ക് എന്ത്! ഞങ്ങൾ വെറും കഥാപാത്രങ്ങളാണൊ നിനക്ക്? വെറുതെ ഞങ്ങളെ കളിയാക്കുന്നതെന്തിനാ?'

അയാൾ: (കരഞ്ഞുകൊണ്ട്) 'ഇത് വെറുതെ പാടാക്കരുത്, ഞാനിവിടെ വരാൻ പാടില്ലായിരുന്നു. എന്തായാലും, എന്നോട് ക്ഷമിച്ചേര്! ഡാനി, നീ മുപ്പത്തിയൊന്ന് വയസുള്ളപ്പോൾ ഈ കഥയിൽ പ്രവേശിച്ചു, അതിന് മുമ്പ് എന്താ നിന്റെ ജീവിതത്തിൽ സംഭവിച്ചതെന്ന് അറിയാമൊ?'

ഡാനി: 'ഞാൻ ഓർക്കുന്നെന്നൊ? എന്റെ ജീവിതം... ങ്ങേ ഞാൻ വെറും കഥാപാത്രം!' (കരയുന്നു)

അയാൾ: 'കരയാതിരി മോനെ, നിന്റെ ഒറ്റപ്പെടൽ ചെറുതാണ്, ഉടൻ തന്നെ ഏതെങ്കിലും കഥാകൃത്ത് നിന്നേയും നിന്റെ കൂട്ടുകാരെയും തിരഞ്ഞെടുക്കും. പുതിയ അവതാരത്തിൽ നീയിനി ജനിക്കും. വിഷമം വേണ്ട, ക്ഷമയോടെയിരിക്കു'

ഡാനി: 'അതൊക്കെ പോട്ട്, ആ സ്ഥലം മുഴുവൻ വീണ്ടും നശിപ്പിക്കാനുള്ള തീരുമാനം എന്തായിരുന്നു? നല്ല ഒരു അന്ത്യം ആ കഥയ്ക്ക് കൊടുക്കാമായിരുന്നു. പിന്നെ എന്തിന്?'

അയാൾ: 'ഓ അതൊ! അത് എനിക്ക് ചെയ്യേണ്ടി വന്നു'

ഡാനി: 'എന്തിന്? ആര് പറഞ്ഞിട്ട്?'

അയാൾ: 'ഞാൻ തന്നെ. അതെ, നല്ല ഉത്തരമല്ല, അറിയാം. ഞാൻ അങ്ങനെ ചെയ്തില്ലായിരുന്നു എങ്കിൽ ആ സ്ഥലം

ഇന്നും ഞാൻ നിർമ്മിച്ച ഒരു കഥാപരിസരമായി നില നിൽക്കുമായിരുന്നു. അങ്ങനെ സംഭവിച്ചാൽ, സാഹിത്യ ആത്മാവിനെ അത് ആകർഷിക്കും, എന്നെ പുതിയ കഥ നിർമ്മിക്കാൻ സമ്മർദ്ദം ചെലുത്തിയേനെ. ഞാനാകെ തളർന്ന് ഇരിക്കുവാ, വിശ്രമം അനിവാര്യം'

ഡാനി: 'നേരത്തെ അവിടെ ഏത് കഥാപരിസരം ആയിരുന്നു, പറയാൻ വിരോധം ഇല്ലെങ്കിൽ...'

അയാൾ: 'ഓ അതൊരു മഞ്ഞിൽ തണുത്ത പ്രദേശമായിരുന്നു, മഞ്ഞുമലയും മറ്റും. ഗുരുവിന്റെ വാസസ്ഥലം. സത്യയുഗം. വിശദീകരിക്കാൻ പ്രയാസമാണ്'

ഡാനി: 'അല്ല! ആരും ഞങ്ങളെ എടുക്കാൻ വന്നില്ല എങ്കിലൊ? പിന്നെ ആ കുപ്പിയിൽ അനങ്ങാതെ കിടക്കുന്ന വ്യക്തിക്ക് എന്താ സംഭവിച്ചത്?'

അയാൾ: 'അറിയില്ല! അവസരം ലഭിച്ച് കാണില്ല എന്ന് തോന്നുന്നു. എന്നെ ഇങ്ങനെ ചോദ്യങ്ങൾ ചോദിച്ച് ബുദ്ധിമുട്ടിക്കാതെ. ആളുകൾ പുസ്തകം വായിക്കുന്ന കാലമൊക്കെ കഴിഞ്ഞു, കൂടാതെ പുതിയ പല എഴുത്തുകളിലും കൃത്രിമ ബുദ്ധി പുരണ്ടിരിക്കുന്നു. കൃത്രിമ ബുദ്ധിക്ക് സാഹിത്യ-കടലിൽ പ്രവേശനം കഴിയില്ല, കാരണം ഈ സ്ഥലത്തിന് പ്രപഞ്ചത്തിന്റെ ആത്മാവ് കാവലാണ്. പുതിയ നിർമ്മിതിക്കൾക്ക് സമയമാകുമ്പോൾ ഈ ആത്മാവ് സാഹിത്യ ആത്മാവിന് നിർദ്ദേശം നൽകും'

ഡാനി: 'അത് കൊള്ളാം... എനിക്ക് ഉറക്കം വരുന്നു. കണ്ഭതിൽ സന്തോഷം'

അയാൾ: 'അപ്പോൾ ശരി, പിന്നെ കാണാം'